मोदी आहे तर शक्य आहे

(आत्मनिर्भर भारताचा संकल्प)

राकेश गुप्ता

डायमंड बुक्स
www.diamondbook.in

प्रकाशक : डायमंड पॉकेट बुक्स (प्रा.) लि.
X-30, ओखला इंडस्ट्रियल एरिया, फेज- II
नवी दिल्ली- 110020
फोन : 011-40712200
ई-मेल : sales@dpb.in
वेबसाइट : www.diamondbook.in
प्रकाशन : 2023
मुद्रक : Repro (India)

मोदी आहे तर शक्य आहे (Modi Aahe tar Shakya Aahe (Marathi)
by : Rakesh Gupta

भूमिका

आर. एस. एस. आणि भाजपाचा एक कार्यकर्ता नरेंद्र दामोधर दास मोदी गुजरातचे मुखमंत्री बनले. आपल्यासाठी ही एक बातमी असते. २००१ च्या भूकंपामधून गुजरात अद्याप सावरतच होता, तोच तो दंग्याच्या वनव्यात होरपळून निघाला आणि दंग्यामुळे चर्चेत आले ते नरेंद्र मोदी आणि अमित शाह, जे क्रमशः आज देशाचे माननीय प्रधानमत्री आणि गृहमंत्री आहेत. स्वातंत्र्यानंतर असा कर्मठ पंतप्रधान आणि लोकप्रिय नेता देश प्रथमच पहात आहे. केंद्राच्या तत्कालीन काँग्रेस सरकारने त्यावेळी या दोघांना या दंगलीचे मास्टर मांईड ठरविण्यासाठी कोर्टापर्यत नेले. अमित शाह तर जेलमध्ये गेले. त्यावेळेचा मीडीया देखील गोध्रापेक्षा गुजरात दंगलीसाठी मोदींना जबाबदार ठरवत राहिला. मीडीया आणि देशातील बुद्धिजीवी वर्गाने मोदीच्या कार्यपद्धतीला फॅसिझम आणि फासीवादाचे नाव दिले. गुजरात दंगलीत त्यांच्या कार्य पद्धतीवर जोरदार टीका झाली. त्यांच्या सरकारला हिंदूत्वासोबत जोडण्यात आले. इतके असताना ते २००१ पासून २०१४ पर्यंत गुजरातचे मुख्यमंत्री या पदावर राहिले आणि गुजरातला विकसित राज्य म्हणून समोर आणले. २०१४ मध्ये मोदी प्रंतप्रधान होताच मीडीया ज्याला फॅसिझम म्हणत होता तो मोदीइझम बनला आणि मोदीवादात बदलला.

आज मोदीवादाला राष्ट्रवादासोबत जोडण्यात आले आहे. ज्याचा डंका केवळ देशातच नाही तर विदेशात वाजत आहे. त्यांच्या राष्ट्रवादाचा सरळ अर्थ आहे विकास आणि त्या दिशेने, जे त्यांच्या कार्यशैलीतून आणि भाषणातून झळकते. लाल किल्ल्यावरील त्यांच्या भाषणातून त्यांनी शौचालय आणि स्वच्छतेचा विषय महत्त्वाचा बनवला. संसदेच्या पहिल्या पायरीला वंदन करून ज्यांनी संसदेत प्रवेश केला तो कोणी सामान्य व्यक्ती असू शकत नाही. त्याला कर्मयोगी हेच नाव असू शकते.

७ सप्टेबर १९५० मध्ये जन्मलेल्या मोदींचे माता-पिता हीराबेन आणि दामोदरदास मूलचंद मोदी मध्यमवर्गीय परिवारातील होते. मोदीने बालपणी चहा विकण्यासाठी त्यांच्या वडीलांना मदत केली आणि मोदीने नंतर स्वतःची टपरी टाकली. शाळा आणि कॉलेज करीत असताना त्यांनी अखिल भारतीय विद्यार्थी

परिषदेचे काम केले. १७ वर्षाचे असताना जसोदाबेनसोबत त्यांचा विवाह झाला, परंतु काही वर्ष सोबत राहिल्यानंतर दोघे वेगळे झाले.

नरेंद्र मोदी आता पूर्णपणे आपल्या देशाला समर्पित झाले. दोन वर्षापर्यंत त्यांनी सतत भारतभर प्रवास केला आणि देशाच्या संस्कृतीला जवळून समजून घेतले. आपल्या जीवनातील प्रत्येक क्षणाला त्यांनी 'इंडिया फस्ट' ही जागा दिली.

मुख्यमंत्री म्हणून त्यांच्या धोरणाला आर्थिक विकासासोबत जोल्या जाऊ लागले आणि याच आधारावर भाजपाने मोदीच्या नेतृत्त्वाखाली २०१४ ची लोकसभा लढवली आणि प्रचंड बहुमत मिळवले. गुजरातनंतर आता देशाच्या विकासाची गंगा वाहू लागली. इकडे विरोधक त्यांच्यावर टीका करण्यात गुंतला होता आणि तिकडे देशाचे पंतप्रधान त्यांनी दिलेला शब्द पूर्ण करण्याच्या कामी लागले. देशाबद्दल त्यांनी जे स्वप्नं पाहिले होते, ते पूर्ण करण्याच्या कामी लागले. त्यांचे स्वप्नं त्यांच्या मर्यादेतले होते, पूर्ण होणारे. बापूंना श्रद्धांजली अर्पण करताना देशाला उद्देशून ते म्हणाले, २ ऑक्टोबर २०१९ पर्यंत आपल्या देशातील प्रत्येक घरात शौचालय असेल. त्यासाठी त्यांनी पूर्ण यंत्रणा कामाला लावली. अगोदर सत्याग्रह आता स्वच्छाग्रह. हे पुस्तक राष्ट्राला एक संदेश देतं की आपण काल जे होतो त्याला आजमध्ये कसे बदलल्या जाऊ शकतं ? देशातील तमाम लोकापर्यंत विकासाची साधनं कशी पोहचवली जाऊ शकते ? कालपर्यंत जे वंचित होते, आपल्या परदेशी धोरणामुळे कसे जगात ओळखल्या जाऊ शकतात ? राष्ट्राच्या सर्वांगीन विकासाठी कशाप्रकारचा अजेंडा बनवला जावा ? त्यांच्या मनात केवळ हेच विचार घोळत असतात. भारताच्या युवा शक्तीचा कसा सदुपयोग केला जावा, हे पुस्तक आपल्याला हे पण सांगतं.

भ्रष्टाचार मुक्त भारतासाठी मोदीने जो सर्वात मोठा निणर्य घेतला त्याची कल्पना देखील कोणी केली नसेल. नोटबंदीमुळे देशात असलेला काळा पैसा बाहेर आला. काळ्या धनाच्या संदर्भात एक विशेष चौकशी दल (एस. आई. टी.) संघटीत करण्यात आली. तेव्हापासून काळ्या धनावर कार्यवाही सुरू आहे. बेहिशोबी मालमत्तेवर अंकूश ठेवल्या जात आहे. मोदीने गरीबिला जवळून पाहिले आहे, त्यांना तिची जाणीव आहे. त्यासाठी त्यांनी जनधन, उज्जवला सारख्या अनेक योजना लागू केल्या. आज दुर्गम भागातील गांवाना देखील रस्ते, वीज, पाणी सारख्या मूलभूत सुविधा मिळू लागल्या आहेत. मोदींचे म्हणणे आहे की विकास गतिमान असतो. तो चालत रहातो. तो थांबत नाही.

अल्पसंख्याकासाठी सरकारची योजना कशी आहे आणि कसे आज ते याचा फायदा घेत आहेत ? देशाच्या अल्पसंख्याक समुदायात मोदी आणि भाजपाच्या नावाने भीती दाखवली जात होती, आज त्याच्या पण लक्षात आले आहे की मोदी सरकार त्यांच्या हिताचे कार्य करीत आहे. देशात सर्वप्रथम अशा पद्धतीने विचार करणाऱ्या व्यक्तीने कधी मताचे राजकारण केले नाही. ते नेहमी 'सबका साथ-सब का विकास' यावर बोलतात. कायदा बनवून तीन तलाक सारखी कुप्रथा केवळ मोदीच संपवू शकतात. देशतील युवकांची रचनात्मकता, सृजनशीलता आणि काही करून दाखविण्याच्या इच्छेवर नरेंद्र मोदींचा पूर्ण विश्वास आहे. मुद्रा योजना याच दृढ विश्वासाचा परिणाम आहे. तरूणांना पंतप्रधानांच्या योजानांचा थेट लाभ मिळू लागला आहे. देशातील तरूणांना त्यांचा सरळ संदेश आहे-तुम्हाला जर तुमचे स्वप्न पूर्ण करायचे असेल, सरकार तुम्हाला उडण्यासाठी पंख देईल.

मोदींची संवाद साधण्याची जी शैली आहे ती लोकांना मंत्रमुग्ध करणारी आहे. रेडिओच्या माध्यमातून ते 'मन की बात करीत असोत' निवडूक सभा असो, संसदेत बोलत असोत' किंवा परदेशातील निवासी भारतीयांसमोर बोलत असोत, लोक त्यांना फक्त ऐकत रहातात. विज्ञान आणि उद्योगाच्या क्षेत्रात भारतात जो चमत्कार होत आहे, तो मोदी सरकारच्या धोरणामुळे साकार होत आहे, इस्त्रोने पी. एस. एल. वी च्या माध्यमातून एकाचवेळी १०४ सॅटेलाइट यशस्वीपूर्ण लॉन्च करून जगातील सर्व देशांना चकित करून सोडले आहे. चंद्रयान-२ आणि नवे नवे वैज्ञानिक शोधांत गती आली आहे. आज इस्त्रो पूर्णपणे आत्मनिर्भर आहे. चंद्रयान-२ अभियानाला पाहता आज नासा देखील आपल्या सोबत काम करू इच्छित आहे.

मोदींना जर संवाद पुरूष असे म्हटले तर काही वावगे ठरणार नाही. त्यांची सांगण्याची पद्धत इतकी थेट आहे की ती लोकांना भावते. मन की बात कार्यक्रमाच्या माध्यमातून त्यांनी अनेक लोकांना आपल्या सोबत जोडले, देशांना जोडले. विदेशाचे पंतप्रधान आणि राष्ट्रपती प्रोटोकॉल तोडून ज्या पद्धतीने मोदींना भेटतात, ते पाहून आपल्याला आपल्या पंतप्रधानांचा गर्व वाटतो. गेल्या काही दिवसात मोदींने केलेल्या विदेशी दौऱ्यावर देखील बरीच टीका झाली. सांगण्यात येऊ लागले की मोदी देशात कमी विदेशात अधिक रहातात, परंतु आज त्या विदेशी दौऱ्यांचा परिणाम दिसू लागला आहे. विदेशी कपन्या देशात गुंतवणूक करू लागल्या आहेत. आपल्या धूर्त प्रयत्नानेच त्यांनी आतंकवादी देश पाकिस्तानला जगाच्या सभ्य विचारापासून वेगळे पाडले.

मोदींच्या कथनी आणि करनीत फरक नसतो. ते जे बोलतात, तेच करतात. पुलवामाच्या आतंकी घटनेनंतर त्यांनी छातीठोकपणे सांगितले होते की आम्ही याचा बदला घेऊ आणि पाकिस्तानच्या बालाकोटवर एअर स्ट्राइक करून भारतीय सेनेने तेथील आतंकी ठिकाणं नेस्तनाबूत केली. पाकिस्तानच्या प्रत्येक कारवाईला मुहतोड जबाब दिल्या जात आहे. हे पुस्तक मोदींच्या त्या बाजूला देखील दर्शवते की देशाच्या शत्रुला जशास तसे उत्तर दिले जाईल आणि देशातील तरूणांसाठी वाट्टेल ते करण्यासाठी तयार असण्याचा संदेश देखील देते.

एखाद्या पीडीत मुलीला ॲम्बुलसने दवाखान्यात घेऊन जाण्याची गोष्ट असेल, किंवा कोणाला शाळेत प्रवेश करायचा असो, पीएमपर्यंत जी समस्या पोहचते, मोदी त्याकडे तात्काळ लक्ष देतात. देशातील अर्ध्या लोकासंख्येसाठी मोदी सरकारकडे कोणत्या कोणत्या योजना चालू आहेत, मोदींच्या योजना आणि त्यांच्या अभियानांचा देशाला किती फायदा झाला ? कशाप्रकारे प्रत्येक घरी वीज, पाणी पोहचले आहे ? पुस्तकाच्या माध्यमातून आपल्याला याची कल्पना येऊ शकते.

गेल्या सत्तर वर्षापासून नासूर बनेलल्या ३७० कलम हटवण्याची हिंमत कोणी दाखविली असेल तर ती केवळ मोंदींनी. या कलमामुळे ज्या नेत्यांची दुकानं चालू होती, ती आता बंद झाली. काश्मीरची परिस्थिती आता बदलत आहे. म्हणून विश्वास ठेवा, कोणी उगीच म्हणत नाही की मोदी है तो मुमकीन है । जे काम गेल्या सत्तर वर्षात झाले नाही, ते मोदी सरकाने करून दाखविले, ज्यात राम मंदीर, लोकसंख्या नियंत्रण, पर्यावरण, जलनीति आणि आता नागरिक संशोधन बील आणून ऐतिहासिक कार्य केले आहे. देशाच्या या युवा पिढीवर पंतप्रधान नरेंद्र मोदी असा प्रभाव टाकत आहेत की आगामी काळात पंतप्रधान या शब्दाचाच अर्थ मोदी असा होईल. मग त्यांच्यापुर्वी कोणी असो अथवा त्यांच्यानंतर. हे पण सांगायला विसरू नका की हे पुस्तक जोपर्यत सुज्ञ वाचकांच्या हाती पडेल, मोदी आणि त्यांचे सरकारने माहीत नाही किती मैलाचा प्रवास पूर्ण केला असेल.

- राकेश गुप्ता

प्रकाशकीय

मोदी है तो मुमकीन है' ही बाब केवळ निवडणूक प्रचारापुरती लागू होत नाही, असे बरेच काही आहे जे नरेंद्र मोदींने करून दाखविले आहे. आंतरराष्ट्रीय मंचावर भारताला आज ज्या दृष्टीने पाहिल्या जाते, त्याचे सर्वांत मोठे कारण आहे मोदी. चीनने त्यांचा हट्टीपणा सोडण्यामागे कारण आहे मोदी. म्हणून मोदी है तो मुमकीन है। केवळ ही राजकीय घोषणा नाही, तर तो आता जनतेचा आवाज बनला आहे.

मागचे सरकार अर्थात यूपीए काळात हिंदी आणि इंग्रतीत कोण पुढे होते, सगळे जाणतात. सरकारचे अधिकांश सदस्य इंग्रजीतच संवाद करीत असत, परंतु आता स्थिती पूर्णपणे बदलली आहे, मोदी स्वतः हिंदीत बोलतात. जनतेला सोबत घेतात. इतरांना प्रोत्साहीत करतात आणि हिंदीत प्रत्येक कार्य शक्य' सरकारी कार्यालया बाहेर टांगलेल्या बोर्डला बाहेर काढून प्रत्याक्षात आणतात. मोदी असल्यानेच हे शक्य झाले आहे की सातासमुद्रापार असलेले देखील हिंदीवर प्रेम करू लागले आहेत. हिंदी भाषेत कामं होत आहेत. म्हणून काम वाढले आहे त्यामुळे रोजगार वाढला आहे. किमान हिंदी संबंधीत पत्रकार किंवा लेखक यांना पर्यायी संधी उपलब्ध झाल्या आहेत.

यावेळी मोदीजीने गृहमंत्री श्री अमित शाहांना पुढे करीत, कलम ३७०, राम मंदीर आणि नागरिकता संशोधन बिल आणि लवकरच लोकसंख्या नियंत्रण आणि भाजपाच्या मुद्यांना प्रत्यक्षात आणले. ही मोदी-शाह यांचीच कमाल आहे की ते दिलेला प्रत्येक शब्द पूर्ण करतात. प्रत्येक घरी नळ आणि नळाला पाणि एक मोठे आव्हान आहे. २०२४ पूर्वी ते पण पूर्ण होईल.

राकेशजीने हे पुस्तक लिहून मोदीजींच्या त्या योजनांना उजेडात आणले आहे ज्या माध्यमातून म्हणता येऊ शकेल की मोदी है तो मुमकीन है ।

- नरेंद्र कुमार वर्मा

nk@dpb.in

अनुक्रमणिका

१. मोदी म्हणजे

आज आपल्या पंतप्रधानांच्या चेहऱ्यावर जे तेज झळकत आहे, ते त्यांच्या श्रमाचे सौंदर्यशास्त्र आहे. हा त्यांच्या आंतरिक उर्जेचा परिणाम आहे. आणि ६८ वर्षांचा हा तरूण पंतप्रधान आपल्या श्रमाने या देशाला भिजवत आहे. अनुशासन, कर्मठता, ईमानदारी, दृढनिश्चय, उर्मी, उत्कटता सारखे शब्द देश ज्यावेळी यांचा अर्थ गमावून बसला होता, त्यांना मोदींने त्यांचा अर्थ शोधून दिला. मोदीने स्वतःसाठी स्वतःच मापदंड निर्माण केले आणि स्वतःच त्याचे अनुसरण केले. त्यांच्यासमोर कसले आव्हान नाही आहे. आव्हान ते स्वतःच निर्माण करतात. आपले ध्येय ते स्वतः गाठतात. मोदीने स्वतःलाच गाडून घेतले आहे, परंतु ही गोष्ट नाकारता येत नाही की मोदींना आरएसएस, विद्यार्थी परिषद आणि भाजपासारख्या संस्थांचे मार्गदर्शन मिळाले. एक असा व्यक्ती, जो चोवीस तास कसल्याही स्वार्थाशिवाय देशाच्या कल्याणासाठी कार्यरत आहे. एखादे काम करण्याची प्रतिबद्धता नरेंद्र मोदी यांची खासियत आहे. त्यांची ही खासियत भ्रष्टाचार आणि आतंकवादाच्या विरोधात लढताना दिसते. आणि जेव्हापासून ते पंतप्रधान आहेत, कुठेही आतंकवादी घटना घडलेली नाही. कुठे भ्रष्टाचार नाही झाला. ही सांगण्यापुरती केवळ अतिशयोक्ती नाही की त्यांच्या कार्यकाळातील एकाही मंत्र्यावर भ्रष्टाचाराचा कसलाही अरोप नाही.

आज देशाला एक कुशल नेतृत्त्व मिळाले आहे. नरेंद्र मोदी आज यशाचा पासवर्ड बनले आहेत. मोदीच्याच शब्दात सांगायचे झाले तर एकदा का आपण ठरवले की काय करायचे आहे तर आपण मैल दूर जाऊ शकतो.' मोदीने तर बालपणीच ठरविले होते की ते देशाची सेवा करण्यात त्यांचे जीवन व्यतीत करणार आहेत. होय, असा नव्हता विचार केला की मुख्यमंत्री किंवा पंतप्रधान म्हणून. परंतु त्यांचा हेतू आणि काम करण्याची पद्धत पाहून आधी गुजरातच्या जनतेने राज्यासाठी आणि आज देशाच्या जनतेने त्यांना ही जबाबदारी दिली आहे की त्यांनी देशासाठी काम करावे.

सन १९८४ मध्ये राष्ट्रीय स्वयंसेवक संघाचे काम सुरू केल्यांनतर त्याना निःस्वार्थ सामाजिक जबाबदारी, समर्पण आणि देशभक्तीच्या विचारांना आत्मसात करण्याची संधी मिळाली. संघ कार्याच्या दरम्यान मोदींने अनेक महत्त्वाच्या भूमिका पार पाडल्या, मग ते भ्रष्टाचाराच्या विरोधात चालवलेले आंदोलन असेल, किंवा सर्वांना भेडसावणारे नैसर्गीक संकट. १९८७ मध्ये भाजपात प्रवेश केल्यावर त्यांनी खऱ्या अर्थाने राजकारणाच्या मुख्यप्रवाहात पाय ठेवला. केवळ एका वर्षाच्या आतच त्यांना गुजरातचे प्रदेशाध्यक्ष म्हणून नियुक्त करण्यात आले. पक्षाला त्यांच्यात कुशल नेतृत्त्वाची झलक दिसू लागली. त्यांनी पक्षाला संघटीत करून त्यांच्यात नवीन उर्जा भरण्याचे आव्हानात्मक कार्य केले. २००१ मध्ये तत्कालीन मुख्यमंत्री केशुभाई पटेलच्या जागी नरेंद्र मोदी यांना गुजरातचे मुख्यमंत्री करण्यात आले. मग काय पहायचे, मोदीने त्यांच्या योजना प्रत्यक्षात आणल्या. पाण्याची नासाडी रोखण्यासाठी 'सुजलाम सुफलाम' योजना. भ्रूणहत्या आणि लिंगानुपातावर अंकुश लावण्यासाठी 'बेटी बचाओ'. प्रत्येक गावात वीज पोहचविण्यासाठी 'ज्योतिग्राम' योजना आणि या योजनेचा परिणाम म्हणूनच ते तीन वेळा गुजरातचे मुख्यमंत्री राहिले. आणखी एक, २००५ मध्ये राजीव गांधी फाउंडेशनद्वारा करण्यात आलेल्या सर्व्हेमध्ये गुजरात राज्याला सर्वश्रेष्ठ राज्याचा दर्जा देण्यात आला. या कार्यासोबतच ते राष्ट्रवादाचा मुद्दा पण जगासमोर आणत. एक कार्यकर्ता म्हणून काश्मीरच्या लाल चौकात मुरली मनोहर जोशीसोबत कोणी उभा राहिले असेल तर ते होते नरेंद्र मोदी.

आपले गुजरात मॉडल म्हणजे विकासाच्या मुद्याच्या जोरावर आता त्यांची ओळख राष्ट्रीय पातळीवर झाली. भाजपा आणि संघाला देखील वाटू लागले आहे की मोदीच्या नेतृत्त्वाखाली २०१४ ची निवडणूक लढवली जावी. गोव्याच्या भाजपा कार्यसमितीने मोदींना लोकसभा निवडणूक अभियानाची जबाबदारी सोपवली. मोदीने हरियाणाच्या रेवाडीत आपली रॅली काढून दाखवून दिले की ते किती दमदार आणि ओजस्वी नेते आहेत. रॅलीत मोदी मोदी ज्या घोषणा दिल्या गेल्या, त्या आता पूर्ण जगभर ऐकायला मिळतात. सर्व्हेद्वारा त्यावेळेच्या मीडीयाने आणि एजन्सीने सांगतिले की मोदी पंतप्रधान पदासाठी जनतेची पहिली पसंत आहेत. इकडे देशातील सर्वात मोठा पक्ष कॉग्रेस भ्रष्टाचारात बुडत चालला होता आणि त्यांचे सहकारी पक्ष त्याला बुडवण्याचे काम रीत आहेत. मोदीने याचा चांगलाच फायदा घेतला. त्यांच्या भाषणात त्यांनी भ्रष्टाचार आणि आतंकवाद याला प्रमुख मुद्दे बनवले. त्यावेळेच्या त्यांच्या निवडणूक घोषणापत्रात भाजपाने काश्मीरात लागू असलेले कलम ३७० आणि ३५

ए ला काढून टाकण्याचे सांगितले होते. देशातील जनाधार आता मोदींच्या बाजूने होताकेंद्रात भाजपाचे सकार बनले आणि २० मे २०१४ रोजी मोदींने पंतप्रधान पदाची शपथ घेतली. मोदी वडोदरा आणि वाराणसी अशा दोन्ही ठिकणाहून जिंकून आले होते. त्यापैकी त्यांनी वारणसीला निवडले. देशात इतिहासात प्रथमच घडले होते की कोणी मुख्यंमत्री पंतप्रधान बनला होता. कारण स्पष्अ हासेतं, गुजरातचया बाहेर मोदींची कार्यशैली, निर्णय घेण्याची क्षमता, काही नवीन करण्याची इच्छाशक्ती आणि भविष्याला लक्षात घेता तंत्रज्ञानाचा प्रयोग या सारख्या गोष्टी लोकांच्या मनावर अशा बिंबल्या की त्यांची घोषणा बनली 'अब की बार मोदी सरकार'. लोकांनी अब की बार, बीजेपी सरकार अशा घोषणा नाही दिल्या.

मुख्यमंत्री म्हणून राज्याबाहेर लोक नरेंद्र मोदी याना ओळखत असत. आता पतंप्रधान म्हणून नरेंद्र मोदी यांना ओळखू लागले आहेत. गेल्या पाच वर्षात मोदीं यांची लोकप्रियता इतकी वाढली आहे की ती कमी होण्यास तयार नाही. विरोधी पक्षाची मंडळी यामुळेच त्रस्त आहेत. गेल्या पाच वर्षात मोदीने अशी काही कामं केली आहेत की लोकांनी त्यांना बेहद पसंत केले आहे.

नरेंद्र मोदी यांचे स्वच्छता अभियान

देशाने या पुर्वी स्वच्छतेबद्दल इतकी तळमळ असणारा पंतप्रधान कदाचित पहिल्यांदाच पाहिला असेल. स्वच्छतेला एक अभियान बनवणे. स्वतः झाडू घेऊन मैदानात उतरणे आणि लाखो लोकांना यासाठी प्रेरित करणे. सोपे काम नव्हते, परंतु मोदीने ते करून दाखविले. परिणाम किती झाला याबद्दल अधिक नाही सांगता येणार, परंतु देशातील लोक याबद्दल प्राधान्याने विचार करू लागले. घर, स्कुल, सार्वजनिक ठिकाणी शौचालय बांधण्यात येऊ लागली. हा मोदींच्या काम करण्याचाच परिणाम होता की गावातील महिला, ज्यांच्या वारंवार सांगण्यानेही शौचालय बांधले जात नव्हते, परेशान होऊन स्वतःची दागिने गहान ठेवून, जनावरे विकून आपल्या घरी शौचालय बांधले. छत्तीसगढच्या कोटभर्री गावाच्या १०४ वर्षीय कुंवरबाईने आपल्या बकऱ्या विकून शौचालय बांधले. मोदीला ज्यावेळी ही गोष्ट समजली तर त्यांनी डुंलगढच्या एका निवडणूक कार्यक्रमात कुंवरबाईचा सन्मान केला आणि तिचा आशिर्वाद घेतला. स्वच्छता आता दिसू लागली. मोदीने ज्या पद्धतीने स्वच्छतेचे मुद्दे समोर केले, त्याची आंतरराष्ट्रीय पातळीवर देखील चर्चा झाली. संयुक्त राष्ट्राने याला जगातील सर्वात मोठे अभिान मानले.

वेळ आणि स्वयंशिस्तीचे पालन करणे

नरेंद्र मोदी फारच कष्टाळू आहेत. असे म्हणतात की ते दिवसातले १८ तास काम करतात. वेळेचे महत्त्व जाणतात. सत्तेवर आल्यापासून त्यांनी सरकारी कर्मचाऱ्यांसहित खासदारांनाही सांगून ठेवले आहे की त्यांनी वेळेचे महत्त्व समजावे आणि काम वेळेत पूर्ण करावीत. जिथे मंत्रालयात कर्मचारी ११ वाजता दिसत होते, आणि ३ वाजताच खुर्च्या रिकाम्या दिसत होत्या, तिथली परिस्थिती अगदीच बदलली आहे. जवळजवळ सर्वच केंद्र सरकारच्या कार्यालयात बायोमेट्रीक मशीन बसवण्यात याव्यात असे आदेश मोदींने दिले आहेत. आज आवस्था अशी आहे की कर्मचारी अर्धा तास वेळेच्या आधी आलेला दिसतो. अनेकजण असे आहेत जे रविवारच्या दिवशी पण येऊन आपले उर्वरीत काम करताना दिसत आहेत. हाफ डे सुट्टीच्या अर्जाची संख्या वाढली आहे. मोदी सरकारला या व्यवस्थेला वठणीवर आणायला तीन वर्षे लागले. सूचना देण्यात आली आहे की वेळेचे पालन नाही केल्यास सर्हिस रेकॉर्डवर प्रतिकूल परिणाम होईल.

सर्जिकल आणि एअर स्ट्राइक

पहिल्या पाच वर्षाच्या कार्यकाळात आतंकवादाच्या विरोधात मोदी सरकारने दोन स्ट्राइक करून आपल्या शक्तीचे प्रदर्शन केले होते. नरेंद्र मोदी सरकारने पाकिस्तानचे नियंत्रण असणाऱ्या काश्मीर भागात सर्जिकल स्ट्राइकला मंजूरी दिली आणि भारतीय सेनेने पहिल्यांदा हा पराक्रम करून पूर्ण जगाला चकित करून टाकले. ही गोष्ट वेगळी की कॉंग्रेसच्या वतीने सांगण्यात आले की त्यांच्या कार्यकाळात देखील असे झाले होते, परंतु त्यांनी दवंडी नव्हती पिटवली. परंतु वास्तव हे आहे की सामान्य माणसाचा त्यांच्या बोलण्यावर विश्वास नाही, इतर काही पक्षाने याचा पुरावा मागितल्यावर तर ते हास्यास पात्र ठरले. भारताने पहिला स्ट्रइक १६ सप्टेबर २०१६ रोजी केला, त्यांना समजले होते की पीओकेमध्ये भारताच्या विरोधात आतंकी शिबीर भरवण्यात आले आहे. या हल्ल्यात ७ आतंकी शिबीर आणि किंमान ३६ आतंकी मारल्या गेले. भारताने पाकिस्तानी घुसखोरी रोखली. घाटीतल्या आतंकवाद्यांना सामान्य लोकांना नुकसान होऊ न देता निवडून निवडून आतंकवादी ठार केले.

१४ फ्रेब्रुवारी २०१९ रोजी जम्मु-श्रीनगर राष्ट्रीय राजमार्गावर सुरक्षाकर्मियांच्या वाहनांच्या एका काफिल्यावर पुलवामाच्या जवळ एक आत्मघाती हल्लेखोराने आतंकी घटना घडवून आणली. ज्यात सी. आर. एफ. चे ४६ जवान

शहीद झाले. पूर्ण देश घटनेने आक्रोशीत झाला होता. याची जबाबदारी पाकिस्तानच्या एका आतंकी संघटनेने म्हणजे जैश-ए-मोहम्मद ने घेतली होती. घटनेनंतर मोदीने ज्या पद्धतीने प्रकरण हाताळले की पाकिस्तनला काय करावे ते समजले नाही. मोदीने घटनेचा निषेध केला. ते म्हणाले, 'जवानाचे मरण व्यर्थ जाऊ दिले जाणार नाही' आणि १२ दिवसाच्या आतच वायुसेनेचे फाइटर विमान नियंत्रण रेषा ओलाडून पाकिस्तानात घुसले आणि बालाकोट या ठिकाणी असलेला जैश-ए-मोहमदचा अड्डा उडवण्यात आला. या हल्ल्यात किमान ३०० आतंकवादी मारल्या गेले. भारताच्या या कारवाईने युद्धसदृष्य परिस्थीती निर्माण झाली होती. दुसऱ्या दिवशी दोन्ही देशाचे लढाऊ विमान घिरट्या घालताना दिसू लागले. पाकिस्तानच्या एफ-१६ ने भारताच्या सीमेत घुसण्याचा प्रयत्न केला तर भारताच्या मिग-२० पायलट अभिनंदनने त्याला खाली पाडले. परंतु त्याचे विमान देखील दुर्घनाग्रस्त होऊन पीओकेमध्ये जाऊन पडले आणि अभिनंदन पाक-सेनेच्या हाती लागला. हा मोदीच्या कूटनीतीचाच परिणाम होता की भयभीत पाकिस्तानने तीन दिवसाच्या आतच सन्मानासहित त्याला परत आणून सोडले. जो पाकिस्तान आतापर्यंत भारताला युद्धाच्या पोकळ धमक्या देत आला होता, आज त्याच्या धमक्या ऐकणारा कोणी नाही. ही आहे आपल्या वर्तमान पंतप्रधानाची कार्यशैली.

पीएमची 'मन की बात'

सत्तेवर आल्यावर पीएम मोदीने लोकासोबत जोडून घेण्याची एक अनोखी पद्धत निवडली, 'मन की बात' पंतप्रधान नरेंद्र मोदी महिन्याच्या शेवटच्या रविवारी लोकांना संबोधित करीत असतात. या कार्यक्रमासाठी लोकाकडून सूचना मागवतात आणि अनेक मुद्यांवर लोकांसोबत चर्चा करतात. मोदीने जी ही सुरूवात केली आहे त्याचे लोकांनी खूप कौतूक केले आहे. आपल्या देशात उत्कृष्ट वक्त्याची एक परंपरा राहिलेली आहे. इंदिरा गांधी आणि वाजपेई सारख्या पंतप्रधानांना ऐकण्यासाठी लोक उतावळे असतात. परंतु त्यांचे भाषण ऐकायचे म्हणजे प्रसंगाची प्रतिक्षा करावी लागत असे. मोदीने काही वेगळे करण्याचा प्रयत्न केला, रेडिओच्या माध्यमातून, 'मन की बात' कार्यक्रमाच्या माध्यमातून देशातील लोकांसोबत एक नाते निर्माण करण्याचा प्रयतन केला. या कार्यक्रमाची प्रतिक्षा शहरी तसेच ग्रामीण लोक करीत असतात. पहिला एपिसोड ३ ऑक्टोबर २०१४ राजी मोदीने 'मन की बात' मध्ये खादी हा विषय छेडला. ते म्हणाले, प्रत्येक नागरीकांनी खादीचा वापर करायला हवा' परिणाम

असा झाला की खादीच्या मागणीत विलक्षण वाढ झाली. मोदींची भाषण करण्याची पद्धतही काही वेगळीच असते.

'बेटी बचाओ, बेटी पढाओ' अभियानार्तंगत 'मन की बात' मध्ये त्यांनी सांगितले की लोकांनी त्यांच्या मुलीसोबत सेल्फी काढून सोशल मीडीयावर शेअर करावी. या कार्यक्रमातून मोदीने कोणत्याही वर्गाला सोडले नाही. मुलं, महिला, युवा, बुजूर्ग, उद्योजक, शेतकरी, सगळे त्यांच्यासमोर होते. हा कार्यक्रम सरकार आणि नागरीक यांना एकमेकांजवळ आणण्याचे काम करतो. आज हा ऑल इंडिया रेडिओचा अंत्यत लोकप्रिय कार्यक्रम आहे. मोदींचे भाषण आणि 'मन की बात' दोघांचा अंदाज वेगळा आहे. निवडणूक किंवा संसदेच्या भाषणात मोदी वेगळे दिसतात. स्टाइलमध्ये दिसतात. परंतु 'मन की बात' मध्ये ते फारच सहज असे बोलतात. मुद्दा पण एकच असतो. संवादाची स्थिती असते. मोदीचा हा प्रयोग नव्या नव्या विचारांनी भरलेला असतो.

भ्रष्टाचारावर अंकुश

भ्रष्टाचाराच्या संदर्भात मोदीची एक मुख्य लाईन होती 'ना खाऊंगा ना खाणे दुंगा' । कॉंग्रेस-सरकामध्ये झालेला भ्रष्टाचार उघड करण्याच्या हेतूने मोदीने सत्तेवर येताच याविरूद्ध मोहीम सुरू केली. त्यांचा पहिला फतवा होता, सुधरा, काम करा आणि बदला, नाहीतर बाहेरचा रस्ता धरा, परंतु जनतेच्या पैशाची उधळपट्टी करू नका.' पंतप्रधान मोदी यांनी सत्तेवर येताच याची सुरूवात केली की भ्रष्टाचारावर कोणत्याही प्रकारे अंकुश लागेल. त्यासाठी सरकाने प्रत्येक देण्याचा मार्ग ऑनलाईन केला. टेंडरिगला पूर्णपणे ऑनलाईन करण्याचा आदेश दिला. दुसऱ्यांदा सत्तेवर येताच कॉंग्रस पक्षाचे नेते आणि देशाचे माजी गृहमंत्री आणि अर्थमंत्री पी. चिंबरम आणि कर्नाटकचे माजी मंत्री तसेच खासदार डी. के. शिवकुमार यांना झालेली अटक नरेंद्र मोदी सरकारने भ्रष्टाचाराविरोधातली लढाई गतिमान केल्याचे संकेत होते. आपल्या पहिल्या कार्यकाळापासूनच मोदीने भ्रष्टाचार अजिबात खपूवन घेणार नसल्याचे धोरण अवलंबले आहे. परंतु कॉंग्रेस सरकारच्या काळात भ्रष्टाचाराची मुळे इतकी खोल गेली होती की ती सरकारसाठी एक आव्हान बनले होते. कॉंग्रेस सरकारमध्ये २०१० मध्ये भष्टाचाराचे भांडे फुटले, लोकांनी तोंडात बोट घातले. १.७६ लाख करोड रूपायाचा २ जी स्पेक्ट्रम घोटाळा. हा भारतीय इतिहासातील आतापर्यंतचा सर्वांत मोठा घोटाळा आहे.

आपल्या पहिल्या कार्यकाळात मोदी-सरकारने भष्टाचार संपविण्यासाठी अनेक उपाययोजना केल्या. यामुळे भष्टाचारात गुंतलेल्या अधिकाऱ्यांची झोप उडाली.

भ्रष्ट अधिकाऱ्यांचा पासपोर्ट जारी करण्यावर बंदी आल्यानंतर त्यांच्या अवैद्य उत्पन्नावर आधारच्या माध्यमातून पत्ता लावणे सुरू केले. गेल्या अनेक वर्षापासून पदावर असणाऱ्या मलईदार अधिकऱ्यांची यादी तयार करण्यात आली. केंद्रीय सतर्कता योगानुसार भ्रष्ट सरकारी अधिकारी आणि कर्मचाऱ्यांविरोधात ५० हजारापेक्षा अधिक प्रकरणांत चौकशी सुरू करण्यात आली आहे आणि त्याचा परिणामही दिसू लागला आहे. बेहिशोबी मालमत्ता आणि काळेधन हे मुद्दे घेऊन भाजपा सरकार सत्तेवर आले होते. आज परिस्थिती अशी आहे की आयकर विभागाने २०१८ पर्यंत ६०० पेक्षा अधिक देवाण-घेवाणीची चौकशी करण्यासोबतच ३,९०० करोडची बेहिशोबी संपत्ती जप्त केली आहे.

आता काळे धन बाहेर काढायचे होते, जे लोकांच्या घरात बंद होते. मोदीने ८ नोव्हंबर रोजी ५०० आणि १००० च्या नोटा बंद केल्याची घोषणा केली. नोटाबंदी करण्यापुर्वी मोदी सरकारने सर्व उद्योगपतींना त्यांच्याकडील काळे धन जाहीर करण्याची ऑफर आई. डी. एस. स्कीमनुसार दिली होती. त्यानुसार आपले काळे धन सार्वजनिक करून २५ टक्के टॅक्स आणि दंड यापासून त्यांना वाचता आले असते. यानुसार ६५,००० करोड रूपायांचे काळे धन बाहेर आले. नोटाबंदीमुळे देशातील जनतेला त्रास झाला हे खरे, परंतु त्यांनी मोदीवर आपला विश्वास कायम ठेवला. नोटाबंदीने काळे धन बाहेर तर आलेच पण किमान तीन लाख अशा कंपन्यांचा शोध लागला, ज्या काळया कमाईत गुंतल्या होत्या. आज त्यांच्यावर कारवाई होत आहे.

जीएसटी डिजिटल भरण्यावर जोर, जनधन योजनाच्या माध्यमातून देखील भष्टाचारावर लगाम लावल्या जात आहे. काळया धनावर चालणाऱ्या कंपन्यांचे रजिस्ट्रेशन रद्द करून सरकारने हे पण दाखवून दिले की भष्टाचाराला आळा घालण्यासाठी सरकारची नजर कुठे कुठे आहे. रिअल इस्टेटमध्ये २०,००० रूपयापेक्षा अधिक कॅश देवाण-घेवाणीवर दंड. आधारला पॅनसोबत जोडणे हा त्याचा एक भाग आहे. आता तुम्ही राजकीय पक्षांना २००० पेक्षा अधिक रक्कम रोख अशी देऊ शकत नाही.

आपल्या निवडणूकीच्या भाषणात स्वीस बँकेतले काळे धन आणण्याचे देखील मोदी बोलून गेले आहेत. विरोधी पक्षाने या मुद्यावर मोदी सरकारला केवळ सळो की पळोच करून सोडले नाही, तर त्यांच्यावर ते हसलेही. दुसरीकडे मोदी सरकारने मॉरिशस, स्वित्झरलँड, सऊदी अरब, कुवेत आदी देशासोबत कर-संबंधी करार करून माहिती मागवून तोही मार्ग मोकळा केला आहे. आज बातम्या येत आहेत की स्वित्झरलँडची बँक भारतीय खातेदारांची नावं जाहीर करण्याच्या बेतात आहे. असे जर झाले, तर मोदी सरकारचे हे मोठे यश असेल.

योग करा फिट रहा

पंतप्रधान आरोग्याच्या संदर्भात जागरूक आहेत. ते सकाळी उठून योगा करतात. त्यांनी पूर्ण जगात योग दिवस साजरा करण्यासाठी संयुक्त राष्ट्रासोबत संपर्क केला आहे. मोदींच्या पुढाकारामुळेच २१ जून या दिवसाला विश्व योग दिवस म्हणून मान्यता मिळाली, ज्याला १९२ देशाचे समर्थन मिळाले होते. आज जग या विद्याचा फायदा घेत आहे. यामुळे भारताच्या नावावर एक अंतराष्ट्रीय यश जमा झाले. योग शरीर, बुद्धी, आत्मा याला जोडते, आज या माध्यमातून आपण पूर्ण जगासोबत जोडल्या गेलो आहोत.

योगाला मध्यवर्ती ठेवून २७ सप्टेंबर २०१४ रोजी संयुक्त राष्ट्र महासभेत मोदींने म्हटले, योग भारताची प्राचीन परंपरेचा एक अमूल्य भेट आहे. यामुळे मेंदू आणि शरीर यामध्ये ताळमेळ साधला जातो. विचार, संयम आणि स्फूर्ति प्रदान करणारा आहे. आपल्या बदलत्या जीवन शैलीमध्ये ती चैतन्य बनून, आपल्याला बदललेल्या वातावरणासोबत टिकून रहाण्यास मदत करते. तर चला, 'अंतरराष्ट्रीय योग दिवस' ला आत्मसात करण्याच्या दिशने काम सुरू करू या.'

योग दिवस २१ जून २०१५ रोजी ज्यावेळी साजरा करण्यात आला त्यावेळी राजपथावर मोदीसोबत ३६,००० लोकांनी योगा केला. आतापर्यंत साजरा करण्यात आलेल्या योग दिवसाची थिम देखील वेगवेगळी आहे. २०१५ ची थीम शांततेसाठी होती, २०१६ ची युवकांना जोडण्यासाठी, २०१७ ची आरोग्यासाठी, २०१८ ची शांततेसाठी आणि २०१९ ची थीम क्लाइमेट ॲक्शनसाठी होती. अशापद्धतीने मोदींने योगाच्या माध्यमातून एका निरोगी भारताच्या कल्पनेला व्यापक स्वरूप प्रदान करण्याचे कार्य केले.

दुसऱ्यांदा सत्तेवर आल्यानंतर, मोदीने २९ ऑगस्ट २०१९ राजी फिट इंडिया कॅंपेनची सुरूवात केली. आज आपण तंत्रज्ञानाच्या भरोशावर जगू लागलो आहोत. ज्यामुळे आपल्या जीवनशैलीत बदल झाला आहे. आणि आपण रोज नव्या नव्या आजाराला बळी पडत आहेत. अभियानाची सुरूवात करतानाच तंत्रज्ञानाच्या भरोशावर जगणाऱ्या लोकांवर टीका करताना मोदी म्हणाले, तंत्रज्ञानाच्या या काळात आपल्या घरात जीम आहे, मोबाईलवर फिटनेसवाला ॲप आहे, परंतु आपल्याकडे वेळ नाही. योग आणि फिटनेस मूव्हमेंटचे देखील देशातील जनतेने स्वागत केले आणि यामुळे देशात जागृती आली आहे.

तंत्रज्ञानाबद्दल आवड

पंतप्रधान होण्यापुर्वी नरेंद्र मोदी गुजरातचे मुख्यमंत्री होते. तेव्हापासून सतत सोशल मीडीयाच्या माध्यमातून लोकांसोबत जोडल्या गेले आहेत, आज भारतात राष्ट्रपतीचे पीएमओचे ट्वीटर हॅंडल, पीएमचे, सर्व मंत्रालयाचे आणि मंत्र्याचे ट्विटर हॅंडल आहे, हे शक्य झाले मोदी मुळे. परिणाम स्पष्ट आहे की विदेशी मंत्रालयापासून रेल्वे, आणि अनेक मंत्रालयात लोकांनी ट्विटरच्या माध्यमातून आपल्या अडचणी सोडवल्या. अनेक वेळा तर मोठी समस्या देखील ट्विटरमुळे सोडवल्या गेली. यापेक्षा महत्त्वाचे म्हणजे लोकांचे काम वेळेवर झाले आणि लोकांनी पीएमच्या या मोहीमेचा फायदा घेतला आणि त्यांना धन्यवाद दिले.

डिजिटल भारताची मोहीम

डिजिअल भारताचे स्वप्न उराशी बाळगून पीएम नरेंद्र मोदी पुढे जात आहेत. मागच्या तीन वर्षाच्या कार्यक्रमात ते या दिशेने सतत मार्गक्रमण करताना दिसत आहेत. लोक या दिशेन काम करण्याचा आग्रह करताना दिसत आहेत. सरकारच्या सर्व विभागांना डिजिटलाइजेशनसाठी प्रेरित करीत आहेत. त्यांचे म्हणणे आहे की यामुळे पर्यावरणापासून ते वित्तहानी होण्यापासून वाचवल्या जाऊ शकते. अनेक सरकारी काम आता या माध्यमातून होऊ लागले आहेत. इतकेच नाही, कितीतरी अशा फॉर्मला सरळ केले आहे, ज्यामुळे लोकांना अडणींना सामोरे जावे लागते होते.

रोज एक कायदा संपवला

स्वातंत्र्यापुर्वी इंग्रजांनी भारतासाठी अनेक कायदे बनवले. स्वातंत्र्यानंतरही हजारोंच्या संख्येत असे कायदे भारतात चालू होते. काही असे कायदे देखील आहेत, ज्यांची आता आवश्यकता उरलेली नाही. स्वातंत्र्याला ७० पेक्षाही अधिक वर्षे झाले आहेत, अनेक सरकारं आली, परंतु कोणीही याकडे लक्ष दिले नाही, विचार नाही केला. पण नरेंद्र मोदी यांनी याकडे लक्ष देऊन असे कायदे जे आज काही उपयोगाचे नाहीत, त्यांना रद्द केले. एका कार्यक्रमात मोदी म्हणाले की मी जेव्हापासून सत्तेवर आलो आहे, तेव्हापासून आजपर्यंत १००० कायदे रद्द केले आहेत. ही मोहीम ते रोज राबवत आहेत. त्यांचे असे मत आहे की बिनकामाचे कायदे लोकाना अडचणीचे ठरतात.

नीति आयोगाची स्थापना

योजना आयोग आता इतिहास जमा झाला आहे. त्याजागी पीएम मोदीने नीति आयोग आणला आहे. ज्यावेळी मोदी गुजरातचे मुख्यमंत्री होते, त्यावेळी ही योजना आयोग, त्याची कार्यपद्धती आणि राज्यासोबतचा त्याचा व्यवहार त्यांना ठीक वाटला नाही. राज्य आणि केंद्र सरकारमधील समन्वयासाठी त्यांनी नीति आयोगाची स्थापना केली. ही संस्था सरकारसाठी थिंक टँक म्हणून काम करते, ज्यात केंद्रासोबतच राज्य देखील योजना तयार करताना आपले मत मांडते.

पाकिस्तानला वेगळे पाडणे

पाकिस्तानात लोकशाही पद्धतीने नवीन सरकार सत्तेवर आले आहे. इम्रान खान देशाचे पंतप्रधान बनले आहेत. पाकिस्तानच्या पंतप्रधानाने भारताच्या संदर्भात विदेश धोरणाच्या बाबतीत मोठ्या बदलाचे संकेत दिले आहेत. आता ते युद्धाऐवेजी मैत्रीची भाषा बोलताना दिसत आहेत. परंतु त्या ठिकाणचा कट्टरपंथी दररोज भारताच्या विरोधात जहर ओकताना दिसतो. तिथे आतंकवाद्यांचा सरकार वर दबाव असल्याचे दिसते आणि सरकारला देखील त्यांचीच भाषा बोलावी लागते. पाकिस्तानच्या संदर्भात मोदींची जी धूर्त धोरणं आहेत, ती यशस्वी होताना दिसत आहेत. हा पंतप्रधानाच्या दुरदर्शीपणाचा परिणाम आहे की जगातील कोणताही देश आता पाकिस्तानच्या बोलण्यावर विश्वास ठेवायला तयार नाही. सर्वात मोठी गोष्ठ तर ही आहे की जी अमेरिका अनेक वर्षापासून पाकिस्तानचा लाड करायची, ती आता पाकला जवळही करीत नाही.

सप्टेंबर, २०१६ आणि २०१९ च्या सर्जिकल स्ट्राइकच्या स्वरूपात भारताने ज्याप्रकारे पाकिस्तानला आपल्या कठोरतेची जाणीव करून दिली, यामुळे पाकसहित सर्व जगात हा संदेश गेला की किमान भारत आता आतंकवादाच्या मुद्यावर हातावर हात ठेवून बसणार नाही. मोदींच्या अथक प्रयत्नाचाच परिणाम आहे की अमेरिकेने पाकिस्तानला आतंकवादी देशाच्या यादीत टाकले आहे.

पंतप्रधान नरेंद्र मोदी यांनी अनेकदा अंतराष्ट्रीय पातळीवरून सर्व देशांना आतंकवादाच्या विरोधात एकत्र येण्याचे जारदार आवाहन केले आहे. संयुक्त राष्ट्राद्वारे अमेरिकला पंतप्रधान मोदी यांनी अनेक ठिकाणी आतंकवादाच्या विरोधात कठोर पाऊल उचलण्याचा आग्रह केला आहे. याचा परिणाम म्हणून ब्रिक्स-घोषणापत्रात आतंकवादाचा उल्लेख पहायला मिळाला. चीनचे इतके प्रयत्न असताना देखील ब्रिक्स-देशाने आतंकवादाच्या कोणत्याही स्वरूपाची निंदा केली आहे. ब्रिक्स संमेलन २०१७

च्या घोषणापत्राच्या ४८ व्या अनुच्छेदात एकूण १० आतंकी संघटनांचा उल्लेख आहे, जे पाकिस्तानच्या इशाऱ्यावर मोठे झाले आणि वाढले. आज काश्मीरातून ३७० कलम रद्द केल्यावर वेडेपिसे झालेल्या पाकिस्तनाला कोणताही देश साथ देत नसल्याचे दिसत आहे आणि हे सगळं मोदीच्या धूर्त धोरणाचा परिणाम आहे.

चीनच्या डोळ्याला डोळे भिडविणे

चीनला त्याच्या आर्थिक शक्तीमुळे एक जागतिक शक्ती समजल्या जाते. परंतु राष्ट्रीय सुरक्षा आणि आर्थिक हिताकडे दुर्लक्ष करून नरेंद्र मोदी चीनसोबत दुसरे नाते निर्माण न करण्याच्या धोरणावर ठाम आहेत. आज चीनसोबत भारताचे जे काही नाते आहे ते बरोबरीचे आहे. चीनकडे ज्या पद्धतीची आर्थिक शक्ती आहे, त्याप्रमाणे पंतप्रधान सतत प्रयत्नात आहेत की भारतीय अर्थव्यवस्था देखील मजबूत बनावी. आता तर चीनचा थिंक टँक देखील मान्य करीत आहे की भारत आगामी दहा वर्षात चीनला मागे टाकून पुढे जाईल.

चीन आपला शेजारी देश आहे आणि काही मुद्यावंर त्यांच्यात विवाद देखील आहे. परंतु चीन आणि आणि त्याचे नेते पंतप्रधान मोदी यांची शक्ती ओळखून आहेत.

या दरम्यान, चीनने आपल्या विस्तारवादी धोरणाने भारताला जरूर परेशान केले, परंतु भारताने परिस्थितीचा सामना मोठ्या धैर्याने केला. आर्थिक आणि सैनीकीदृष्ट्या मजबूत असतानाही डोकलाममधून चीनला परत जाण्यास भाग पाडणे नरेंद्र मोदीच्या परेदेशी धोरणाचेच नाही तर राष्ट्रीय धोरणाचे देखील मोठे यश आहे. मजेशीर आहे की अरूणाचलच्या सीमा भागात सन १९६२ च्या युद्धानंतर आतापर्यंत कोणतीही घटना घडलेली नाही. सोबतच हे पण सत्य आहे की चीन आपल्या विस्तारवादी धोरणानुसार सुप्त इच्छा बाळगून आहे आणि अरूणाचलला आपला भाग असल्याचे सांगत आहे. असे असले तरी मोदीने चीनचा हा दावा फेटाळून लावला आहे. मोदी सरकारच्या खंबीर धोरणामुळे प्रदेशात जी विकासाची कामं वेगाने होत आहेत त्यात सीमा सुरक्षेवर देखील जोर दिल्या जात आहे. ज्यावेळी चीनी सुबानसीरी भागात भारतीय सेन्याने पेट्रोलिंग केली तर चीनने आक्षेप घेतला, परंतु भारताने चीनच्या या धाडसाच्या विरोधात पेट्रोलिंग जास्तच वाढविली.

मालदीव मध्ये भारताबद्दल वाढते समर्थन लक्षात घेऊन चीन चिडलेला आहे. चीन भारताला धमकी देखील देत असतो की भारताने तिकडे लक्ष दिल्यास

चीन शांत बसणार नाही. परंतु मोदी सरकारच्या धोरणापुढे चीन थयथयाट करणे आणि धमकी देण्याशिवाय दुसरे काही करू शकत नाही. वास्तवात, मालदीवमध्ये चीनच्या विरोधात लोकामध्ये रोष वाढत आहे आणि भारताबद्दल आपलेपणा. इतकेच नाही तर त्या ठिकाणचे सुप्रीम कोर्ट आणि लोकशाही यंत्रणा देखील भारताकडून आशावादी आहेत.

पंतप्रधानाच्या धूर्त धोरणांचा परिणाम दिसू लागला आहे. मोदींच्या नेतृत्त्वाखाली जगातील देशासोबत भारताचे वाढते महत्त्व लक्षात घेऊन चीन भारतासोबत काम करू इच्छित आहे. सिंगापूरच्या शाग्रीं-ला डायलॉगमध्ये भारत-चीन संबंधावर पंतप्रधान मोदीच्या सकारात्मक बोलण्यावर चीनने विचार केला. भारत एक महाशक्ती म्हणून समोर येत आहे. तेव्हापासूनच वाटत होते की चीन भारतासोबत हातमिळवणी करण्यास इच्छिक आहे.

नमोची दुसरी पारी

भारतीय लोकशाहीत खूप कालखंडानंतर असे घडले आहे, पुन्हा एकदा एक मजबूत सरकार सत्तेवर आले. मोदीने हे सिद्ध करून दाखविले की देशहितासाठी काम केले तर जनता त्याला एकदाच नाही तर अनेकदा सत्तेवर बसवण्याचं काम करते. आपल्या कार्याच्या जोरावर मोदीने लोकांचा विश्वास संपादन केला. पहिल्या कार्यकाळात ना कोणती आंतकी घटना, ना कसला भ्रष्टाचार. घरोघर वीज, पाणि आणि शौचालय पोहचणे ही एक कौतूकाचीच बाब आहे.

२०१४ पासूनच मोदीने आपल्या सरकारची एक मजबूत टीम बनवली. असे करून त्यांनी मनमोहन सिंहची कमजोर प्रतिमा दूर करीत एक मजबूत, धाडसी आणि तात्काळ निर्णय घेणारा पतंप्रधान अशी प्रतिमा प्राप्त केली. ही प्रतिमा देश विदेशात धुमाकूळ घालत राहिली. मोदीने विकास हीच आपली विचारधारा असल्याचे दाखवून दिले. वास्तविक विकासाचे स्वरूप सर्वात सेक्यूलर असते. ते ना हिंदू पहाते, ना मुसलमान. मोदीने हे ठरवले की विकास-योजनांचा लाभ सर्वांना कसलाही भेदभाव न करता मिळावा. राज्य पातळीवर कितीही भ्रष्टाचाराचा बोलबाला असो, मधले दलाल कमी करून गरजूंच्या खात्यात थेट पैसे टाकल्याने गरीब, वंचित आणि उपेक्षितांना आशेचा एक किरण दिसू लागला. मोदीवर जुमलेबाज असल्याचा आरोप राहूल गांधी आणि तमाम विरोधी पक्ष करताना दिसले. परंतु ज्या गरीबांना प्रत्यक्षात फायदा झाला त्यांना हा आरोप बिनबुडाचा वाटू लागला. सामाजिक सुरक्षा आणि लोक

कल्याणाच्या जो काही कार्यक्रम मोदी सरकारने सुरू केला, तो तळागाळात स्पष्ट दिसू लागला. महिलांचा एक फार मोठा विभाग बेटी बचाओ-बेटी पढाओ, शौचालय, स्वच्छता आणि तीन तलाक सारख्या प्रयोगाने मोदीकडे आकर्षित झाल्या.

मोदीने राजकारणात एक नवा विचार पेरला. राजकारणाला त्यांनी जातीयवादी तंबुतून बाहेर काढून लोकविकासाच्या स्वर्गीय साच्यात ओतले. आज समाजातील तमाम वर्ग जसे की महिला, मागसलेले, वंचित आणि इतकेच नाही तर मुस्लीमांचा देखील विश्वास मोदी जिंकू शकले आहेत. सबका साथ-सबका विकास जुमला नाही, एक वास्तव बनले. यामुळे पंखाच्या जनाधारात क्रांतीकारी परिवर्तन आले आहे. यामुळे भाजपाच्या मतदारांबरोबच इतर नवे मतदार देखील जोडल्या गेले आहेत. खास करून तरूण तमदारांना मोदींची हाईटेक कार्यपद्धती फारच प्रभावीत करीत आहे. त्यावेळी १ ३ वर्षाचे असणारे मतदार आता मोदीची 'मन की बात' ऐकून पाच वर्षात त्यांना ५ ३ वेळा भेटले असतील. हा एक विलक्षण प्रयोग होता, ज्याला आपण समार्ट पॉलिटिक्स म्हणू शकतो. राजकारणात यशाचे कोणतेच सूत्र नसते. प्रमाणिक हेतू ठेवून लोकासोबत रहा, यश तुमच्या पाऊलावर लोळण घेईल. हेच काम आपले लोकप्रतिनिधी करीत नाहीत. मोदी पाच वर्षात झालेल्या सर्व विधानसभा निवडणूकीत त्यांच्या पक्षाचे सुपर स्टार प्रचारक राहिलेले आहेत, त्यामुळे देखील ते सतत जनतेसोबत राहिले. मोदी सरकारने त्यांच्या पाच वर्षाच्या कामाच्या मोबदल्यातच मतदान मागितले.

सर्वात प्रभावित करणारी बाब ही राहिली की प्रत्येक वेळा घोटाळा आणि भ्रष्टाचाराने घेरलेल्या कॉंग्रेसच्या उलट मोदी सरकारचा कार्यकाळ स्वच्छ असा राहिला. असे असले तरी राहूल गांधीने राफेल प्रकरणी मोदींना फसविण्याचा प्रयत्न केला, परंतु जनतेने तो आरोप फेटाळून लावला. असे समजण्याचे पुरेसे कारणं आहेत की राहूलने ज्या पद्धतीने मोदीबद्दल अमर्याद भाषेचा उपयोग केला, ज्यामुळे राहूलवर जनता नाराज झाली. इकडे मोदीने ना केवळ आपल्या सरकारचे धोरण भ्रष्टाचाराच्या बाबती जिरो टॉलरन्स ठेवले, तर पारदर्शिता, जबाबदारी, वायफळ खर्चावर लगाम लावून सुशासन असल्याचे सिद्ध केले. त्यांनी अशा काही सुधारणा केल्या की केंद्र सरकारच्या कार्यालयात गुणात्मक परिवर्तन दिसायला लागले.

भाजपा दुसऱ्यांदा मोठ्या बहुमताने सत्तेवर आली. मोदी सरकारला जनतेचे पूर्ण समर्थन होते. विरोधक इतके कमजोर झाले की केवळ विरोध करण्यापुरतेच शिल्लक राहिले. आता मोदीकडे अनेक निर्णय घेण्यासाठी वेळ होता. सर्वप्रथम तर त्यांनी आपल्या खासदारांना आणि मंत्रालयांच्या अधिकाऱ्यांना आणि कर्मचाऱ्यांना

स्पष्ट बजावले की ते जनतेचे सेवक आहेत आणि त्यांची सेवा करणे हेच त्यांचे काम आहे. त्यांनी आपल्या खासदारांना सांगितले की सरकारी कार्यालयात त्यांच्या मित्रांना आणि नातेवाईकांची शिफारस करू नका. २०१४ च्या निवडणूक प्रचारात जे महत्त्वाचे दोन वादे केले होते, ते आता पूर्ण करण्यासाठी सरकारने कंबर कसली आहे. हे दोन्ही निर्णय भारताच्या इतिहासात ऐतिहासिक आहेत. अमित शहा देशाचे गृहमंत्री बनले, ज्यांच्या धोरणामुळे भाजपा मजबूत झाली आहे.

मुस्लिम महिलांची झाली तीन तलाकपासून सुटका

दुसऱ्यांदा बहुमताने सत्तेवर येण्याचे हे पण कारण होते की मुस्लिम महिलांचे देखील भाजपाला मतदान मिळाले होते. त्यांना वाटले की मोदी नसतील तर ही कुप्रथा कोणीच बंद करणार नाही. मुस्लिम पुरूषासहित अनेक पक्ष देखील या बिलाला विरोध करीत होते. २०१७ मध्ये सुप्रीम कोर्टाने तीन तलाक सारख्या प्रथेवर बंदी आणली होती. पाच जजच्या पीठाने तात्काळ तलाक देण्याच्या या प्रथेला घटनाबाह्य ठरवले. उत्तराखंडच्या शायरा बानोच्या याचिकेवर कोर्टाने हा निर्णय दिला होता. शायराच्या पतीने चिठ्ठीत तीन वेळा तलाक असे लिहून पाठविले होते. शायराने याच्या विरोधात कोर्टाचा दरवाजा ठोठावला होता. नंतर अशाच चार महिलांनी याचिका दाखल केल्या. सुप्रिम कोर्टाने निकाल दिल्यानंतर कायदा मंत्री रविशंकर प्रसादने तात्काळ हे बिल लोकसभेत दाखल केले. तीन तलाकच्या प्रकरणात तीन वर्षाची शिक्षा देताना याला गुन्हेगारी प्रकार ठरवले होते. हे बिल लोकसभेत पास झाले, परंतु राज्यसभेत बहुमत नसल्याने ते पारित होऊ शकले नाही. बहुतेक खासदारांचे असे म्हणणे होते की याला गुन्हेगारीसोबत जोडल्याने या कायद्याचा पुरूषांच्या विरोधात गैरवापर होऊ शकतो. भाजपा याकडे स्त्रीसबलीकरण या अंगाने पहात आहे.

दुसऱ्यांदा सत्तेवर आल्यावर या बिलाला पास करण्याइतके बहुमत आता राज्यसभेत होते. राज्यसभेत हे बिल पुन्हा आल्यावर विरोधी पक्ष एकजूट होऊन या बिलाला विरोध करू लागला. परंतु राज्यसभेत हे बिल ८४ विरोधात ९९ इतक्या बहुमताने पास झाले. हे बिल पास होण्याचा आनंद मुस्लिम महिलांच्या चेहऱ्यावर पहायला मिळू शकतो. असे करून मोदीने मुस्लिम महिलांचे मन जिंकले आहे.

काश्मीरला आता ३७० कलमापासून मुक्ती मिळाली

आता आपल्या देशातील लोकांना असे म्हणण्याची गरज पडणार नाही की काश्मीर आमच्या देशाचे अविभाज्य भाग आहे. काश्मीरमधून ३७० वे कलम रद्द

करताच काश्मीरच्या बाबतीत जी काही जटीलता होती ती एकाच वेळी समाप्त झाली. राजकीय विभागात थोडीसी खहबळ झाली. परंतु वास्तवी आनंद कोणाला झाला असेल तर तो काश्मीरी लोकांना. मोदी सरकारच्या या राष्ट्रवादी निर्णयाने देशाचा मान सन्मान वाढला आहे.

जम्मू काश्मीरमधून वादग्रस्त कलम ३७० रद्द करण्याच्या निर्णयावर केंद्र सरकारने शिक्कामोर्तब केले आहे. सोबतच राज्याला लागू असलेले ३५ ए हे विशेष नागरीकत्व बहाल करणारे कलमही रद्द करण्यात आले आहे. हा मोठा निर्णय घेतल्यांनतर सुरक्षा वाढविण्यात आली होती. फुटीरतावादी नेत्यांना नजरबंद करण्यात आले होते. त्यामुळे कायदा आणि सुव्यवस्थेचा प्रश्न निर्माण झाला नाही. हे कलम काश्मीरमध्ये का, कसे आणि कोणत्या कारणाने लावण्यात आले ? या मागे काय स्वार्थ होता, हा आता इतिहासाचा विषय बनला आहे. आता चर्चा एका नव्या काश्मीरची करूयात. हे कलम फक्त काश्मीरसाठीच नाही तर पूर्ण देशासाठी डोकेदखी ठरले होते. मोदीने एका दमात ती संपूवन टाकली. हे कलम समाप्त केल्यानंतर काश्मीरमध्ये काय परिवर्तन होईल हे समजून घेणे आपल्यासाठी अधिक गरजेचे आहे.

१. आता जम्मू-काश्मीरमध्ये इतर राज्यातील लोकही जमीन खरेदी करून वास्तव्य करू शकतील.
२. काश्मीरचा आता वेगळा झेंडा असणार नाही. म्हणजेच तिथे आता तिरंगा मोठ्या थाटात फडकविला जाईल. जम्मू-काश्मीरमध्ये आता झेंड्याचा अवमान किंवा त्याला जाळणे किंवा नुकसान पोहचवणे या गोष्टी गंभीर गुन्हा म्हणून मानण्यात येतील.
३. कलम ३७० रद्द केल्यावर जम्मू-काश्मीरसाठी असलेले वेगळे संविधान देखील इतिहासजमा झाले आहे. आता तिथेही भारताचे संविधान लागू होईल.
४. जम्मू-काश्मीरच्या लोकांचे दुहेरी नागरीकत्व आता समाप्त होईल.
५. जम्मू-काश्मीरचे दोन भाग करण्यात आले आहेत. जम्मू-काश्मीर आणि लडाख आता स्वतंत्र केंद्रशासित प्रदेश असतील.
६. आता कलम ३७० चा खंड १ फक्त लागू होईल. उर्वरीत खंड समाप्त करण्यात आले आहेत. खंड-१ देखील राष्ट्रपती द्वारा समाप्त केल्या जाऊ शकते. कलम ३७० च्या खंड-१ नुसार जम्मू-आणि काश्मीरच्या सरकारसोबत चर्चा करून राष्ट्रपती संविधानाच्या विभिन्न कलमांना जम्मू-आणि काश्मीरला लागू करतील.

७. कलम ३७० ची खरी वादग्रस्त ओळख त्याच्या खंड-२ व ३ मुळे होती, ज्यात भेदभाव होता. या दोन्ही खंडानाच समाप्त करण्यात आले आहे. म्हणजेच खऱ्या अर्थाने ३७० पासून सुटका मिळाली आहे.

८. जम्मू-काश्मीरात विधानसभा असेल, परंतु लडाखमध्ये विधानसभा असणार नाही. म्हणजेच जम्मू-काश्मीरमध्ये राज्य सरकार अस्तित्त्वात येतील पण लडाखसाठी कोणतेही सरकार असणार नाही.

९. जम्मू-काश्मीरच्या मुलींना आता इतर राज्यातील मुलांसोबत लग्न करण्याचे स्वातंत्र्य असेल. इतर राज्यातील तरूणांसोबत विवाह केल्याने त्यांचे नागरीकत्व संपणार नाही.

१०. कलम ३७० च्या पुर्वीही अनेक बदल झाले आहेत. १९६५ पर्यंत जम्मू-आणि काश्मीरात राज्यपालाऐवेजी सदर-ए-रियासत आणि मुख्यमंत्र्याऐवेजी पंतप्रधान असायचा.

११. कलम ३७० रद्द करण्याची परवानगी राष्ट्रपतीने आधीही दिली होती. वास्तवात हे कलम अगोदर राष्ट्रतीद्वाराच लागू केले होते. म्हणून संपविण्यासाठी संसदेची मंजूरी घेण्याची काही आवश्यकता नव्हती. संसदेत केवळ दोन्ही राज्यांना केंद्र शासित प्रदेशाचा दर्जा देण्यासाठी प्रस्ताव सादर केला आहे.

१२. जम्मू-काश्मीरचा कार्यकाळ आता सहा वर्षाचा नसून पाच वर्षांचा असणार आहे.

१३. भारताचा कोणताही नागरीक आता जम्मू-काश्मीरमध्ये नोकरी देखील करू शकेल. आतापर्यंत जम्मू-काश्मीरच्या स्थानीक लोकांनाच नोकरी करण्याचा अधिकार होता.

१४. इतर राज्यातून गेलेल्या लोकांनाही आता तिथे मतदान करण्याचा अधिकार असेल. सोबत कोणत्याही राज्यातला नागरीक तिथे निवडणूक लढू शकेल.

१५. जम्मू-काश्मीरचे लोक देखील आता शिक्षण, माहितीचा अधिकार सारख्या प्रत्येक कायद्याचा फायदा घेऊ शकतील.

१६. केंद्र सरकारची कॅगसारखी संस्था आता जम्मू-काश्मीरात देखील भ्रष्टाचारावर नियंत्रण ठेवण्यासाठी ऑडिट करू शकेल. यामुळे तिथे भ्रष्टाचाराला आळा बसेल.

१७. आता जम्मू-काश्मीर आणि लडाखमध्येही सुप्रीम कोर्टाचा निर्णय लागू असेल. आधी जनहितार्थ दिलेले निर्णय तिथे लागू नसायचे.

१८. महिलांच्या संदर्भातला पर्सनल कायदा बिनकामाचा ठरेल. या संशोधनाने सर्वांत मोठी सुटका झाली ती जम्मू-काश्मीरच्या महिलांची. संशोधनाला जम्मू-काश्मीरच्या महिलांचे स्वातंत्र्य म्हणूनही पाहिल्या जाऊ शकते.

१९. आतापर्यंत त्याठिकाणची व्यवस्था ही मुख्यमंत्र्यांची जबाबदारी असायची. आता दिल्ली प्रमाणे जम्मू-काश्मीर आणि लडाखची व्यवस्था थेट केंद्राच्या हातात असेल. गृहमंत्री, राज्यपालाद्वारा ती चालवली जाईल.

२०. प्रशासकीय कार्यासाठी जम्मू-काश्मीर सरकारला आता केंद्र सरकारचे प्रतिनिधी म्हणून तिथे असणाऱ्या उपराज्यपालाची मंजूरी घ्यावी लागेल.

ही दोन्ही कामं अशी होती ज्याची दूरदूरपर्यंत कोणी कल्पना करू शकत नव्हतं. काश्मीरच्या ज्या लाल चौकात भारताचा झेंडा फडकविण्यासाठी आपला जीव हातात घेऊन कधी मोदी गेले होते. आज त्याच काश्मीरच्या सर्व सरकारी कार्यालयात आणि विधानसभेत तिरंगा अभिमानाने फडकत आहे.

२. सत्तेवर आल्यास १० महत्त्वपूर्ण योजना

काँग्रेस आणि विरोधी केंद्रातील सत्तेवर असणाऱ्या नरेंद्र मोदी सरकारद्वारा पाच वर्षाच्या कार्यकाळात अनेक वायदे विसरून गेल्याचा दावा करीत त्यांना जुमलेबाज असे नाव दिले. परंतु असे काही काम आणि योजना आहेत, ज्याचा फायदा बीजेपीला सामान्य निवडणूक २०१९ मध्ये झाला. सरकारच्या करीत असलेल्या दाव्यानुसार या योजना परिणाम म्हणून करोडो लोकांना फायदा झाला आणि होत राहिल. सरकारला पूर्ण खात्री होती की लोकसभा नुवडणूकीत विरोधी पक्ष टीका करीत असताना जनता त्यांना साथ देईल. आणि पंतप्रधान मोदींना राष्ट्रीय प्रशासन चालविण्यासाठी दुसरा कार्यकाळ आवश्य मिळेल. मोदीने १० योजना राबवून त्याचा फायदा लोकाना करून दिला. मोदींची आणखी एक खास बात आहे, त्यांनी एकही योजना त्यांच्या नावाने तयार केली नाही, सर्व योजना पंतप्रधानांच्या नावाने आहेत. ते व्यक्तीविशेषत्वाला महत्त्व न देता कार्याला महत्त्व देतात. देशात आधीपासूनच अशा काही योजना चालू आहेत, ज्या कोण्यातरी व्यक्तीच्या नावाने आहेत. जसे की इंदिरा आवास, इंदिरा ज्योति, जवाहर नवोदय विद्यालय, राजीव गांधी आवास योजना. मोदी आपल्या राजकीय गुरूंना देखील गुरू दक्षिणा देण्यास विसरत नाहीत, आणि या क्रमाने त्यांनी पंडित दीनदयाल उपाध्याय, डॉ. श्यामाप्रसाद मुखर्जी आणि अटलजीच्या नावावर त्यांनी अनेक योजना सुरू केल्या.

गरीब सवर्णांना आरक्षण मिळाले

केंद्र सरकारने आपल्या कार्यकाळाच्या अंतिम महिन्यात अचानक एक विधेयक सादर केले, ज्यात अनुसूति जाती, अनुसूचीत जनजातीय तसेच इतर मागसावर्गाला दिल्या जाणाऱ्या आरक्षणातून इतर शिक्षणाच्या क्षेत्रात तसेच सरकारी नोकरीत त्या सवर्ण, मुस्लीम तसेच ख्रिश्चनांना देखील १० टक्के आरक्षण देण्याचे प्रावधान केले

होते, ज्याना आथिर्रक सवरूपात मागासलेले समजण्यात येते. या विधेयकानुसार आठ लाख रूपये किंवा कमी उत्पन्न किंवा पाच एकर शेती असणाऱ्या अथवा १००० वर्गफुट पेक्षा कमी आकाराचे घर आदी निकष ठरवण्यात आले आहेत. सरकारचे म्हणणे आहे की यामुळे समाजात समता निर्माण होईल. आणि आजपर्यत ज्यांना आरक्षणाचा फायदा मिळत नव्हता, त्यांनाही बरोबरीची संधी मिळेल. विरोधी पक्ष याकडे विशिष्ट लोकाना खुश करण्याचा प्रयत्न म्हणून पहात होते, पण देशातील लोकांनी याला समतावादी ठरवले आणि मोदींना मतदान दिले. केंद्रीय कायदा तसेच न्याय मंत्रालयाच्या वतीने जारी करण्यात आलेल्या कलम १५ आणि १६ मध्ये संशोधन करण्यात आले. या माध्यमातून एक प्रावधान जोडण्यात आले, जे नागरीकांना आर्थिकदृष्ट्या मजबूत करण्यास विशेष सोय करण्यास परवानगी देतं.

आयुष्यमान भारत योजना

आयुष्यमान भारत योजना किंवा पतंप्रधान आरोग्य योजना, ज्याला सामान्यपणे मोदी केअर म्हटल्या जाते, ते १ एप्रिल २०१८ पासून लागू करण्यात आले. केंद्रीय अर्थमंत्री अरूण जेटलीद्वारा आर्थिक वर्षे २०१८-१९च्या सामान्य बजेटमध्ये प्रस्तावीत करण्यात आलेल्या नरेंद्र मोदी सरकारच्या या महत्त्वाकांक्षी योजनेनुसार गरीबी रेषेच्या खाली (बीपीएल)च्या श्रेणीत येणाऱ्या परिवारांना पाच लाख रूपयापर्यंत आरोग्य वीमा उपलब्ध करण्यात येणार आहे. सांगण्यात आले की १० करोड बीपीएल परिवारांच्या ५० करोड सदस्यांना या योजनाचा फायदा दिल्यानंतर यात उर्वरीत भारतीयांना देखील सहभागी करून घेण्यात येणार आहे. या योजनेनुसार आता देशाच्या गरीब लोकांना देखील मोठ्या हॉस्पटलमध्ये इलाज करण्याची सुविधा मिळले. रांची मध्ये योजनेची घोषणा करताना मोदीने म्हटले, क्रमशः या योजनेचा लाभ निम्न मध्यमवर्गीय आणि वरच्या मध्यमवर्गीयांना देखील मिळेल. जर २०११ च्या जणगणनेचा आधार घेतला तर ८.३० ग्रामीण आणि २.३३ करोड शहरी परिवार या कक्षेत येतात. या योजनेचा फायदा घेण्यासाठी परिवाराच्या सदस्यांची संख्या आणि वय ठरवले जाणार नाही. ही योजना पेपरलेस आणि कॅशलेस असेल. या योजनेवर येणारा खर्च राज्य आणि केंद्र सरकार मिळून करतील. योजनेला लागणारा अंदाजे खर्च १२ करोड रूपये आहे.

उज्ज्वला योजना

केंद्र सरकारची पंतप्रधान उज्ज्वला योजनेने कमजोर महिलांना लाकडे आणि चुलीवर स्वयंपाक करायची आणि ज्यामुळे तिच्या आरोग्यावर वाईट परिणाम

होत होता. त्यांना मोदींने मोठाच दिलासा दिला. कामगार दिनी २०१६ ला उत्तरप्रदेशच्या बलियात याची सुरूवात केली. बीपीएल परिवाराची कोणतीही महिला अर्ज करू शकते, त्या महिलचे एक बचत खाते एखाद्या राष्ट्रीय बँकेत असायला हवे. भारत सरकारने आर्थिक मदत योजेनेनुसार उज्ज्वला योजनेत प्रत्येक वयक्तीला १६०० रूपये आर्थिक मदत दिली, त्यामुळे ते गॅस खरेदी करू शकतील.

उज्ज्वला योजना ही नरेंद्र मोदी याची कल्पना समजली जाते, ज्यांनी करोडो संपन्न परिवराला स्वइच्छेने सबसिडी सोडून देण्याचे आवाहन केले आणि मोदींच्या आवाहनानुसार करोडे लोकांनी सबसिडी सोडून दिली. आणि आज याचा परिणाम म्हणून पाच करोड गरीब महिलांच्या स्वयंपाक घरात गॅस पोहचत आहे आणि त्यांच्या परिवाराला थेट फायदा होत आहे. वास्तवात मागच्या सरकाच्या काळात स्वयंपाक गॅसवर मिळणारी सबसिडी मर्यादीत केली होती. आणि बीपीएलधारक नसणाऱ्या परिवाराला वर्षातून केवळ नऊच सिलेंडर सबसिडी मिळत होती, परंतु त्यानंतर वापरण्यात येणाऱ्या सिलेडरवर सबसिडी मिळत नव्हती. २०१९च्या निवडणूकीत याचा थेट लाभ भाजपाला मिळाला आणि हे केवळ यामुळे की ही योजना या महिलांच्या घरापर्यंत पोहचली होती.

जन-धन बँक खाते

कालपर्यत आपल्या देशात हजारोंच्या संख्यने बँक होत्या आणि दुसरी बाजू ही पण होती की ७० वर्षे उलटून गेल्यानंतरही देशातील करोडोची लोकसंख्या बँकिग सेवेपासून दूर होती. या लोकांकडे एक बँक खाते देखील नव्हते आणि ही आपल्यासाठी दुर्देवी बाब होती. देवाण-घेवाण करण्यात पारदर्शकता त्यावेळी येईल ज्यावेळी आपण बँकेद्वारे व्यवहार करू. म्हणून मोदींनी ही योजना चालू केली. ज्यानुसार जिरो बॅलन्स बचत खाते उघडण्यात आले. केंद्र सरकारच्या सर्वाधिक यशस्वी योजनेत जन-धन खात्याचे नाव घेतले जाते, ज्यामुळे ना केवळ करोडो लोकाना बँकिग सेवेचा लाभ घेता आला, तर योजनेचा फायदा घेत या गरीबांनी जिरो बॅलन्स खाते असताना ८१,२०३ करोड रूपये बँकेत जमा केले. पंतप्रधानाची जन-धन योजना एक राष्ट्रीय मिशन आहे. जे देशातील सर्व लोकांना आर्थिक फायदा करून देण्यासाठी चालविण्यात आली. या योजनेची खास बात ही आहे की खाते उघडताच खातेधारकाला २ लाखाचा वीमा मिळतो. पंतप्रधानांनी या योजनेची घोषणा १५ ऑगस्ट २०१४ रोजी लाल किल्ल्यावरून केली आणि २८ ऑगस्टला ती लागू केली. या योजनेच्या औपचारीक सुरूवात करण्याआधी मोदींने सर्व बँकांना मेल पाठवून 'प्रत्येक घरासाठी बँक खाते'

एक राष्ट्रीय मिशन आहे आणि सर्व बँकानी यासाठी तत्पर रहावे. उद्घाटनाच्या दिवशीच १०५ करोड बँक खाते उघडण्यात आले. गेल्या ५ वर्षात या योजनेनुसार ३२ करोड लोकांनी खाते उघडले. जन-धन खात्यासोबतच लोकांना एफडी., आरडी सारख्या सोयी देण्यात येऊ लागल्या. खाते उघडताच बँकेकडून ए. टीएम कार्ड मिळाले. या योजनेमुळे आपण इतर सरकारी योजनांचा फायदा घेऊ शकता.

जनसुरक्षा योजना

भारतात जीवन वीमा करण्यासाठी आज लाइफ इन्सुरन्स ऑफ इंडिया सहित अनेक कंपन्या आहेत. ज्यांच्याकडे करोडो ग्राहक आहेत. परंतु सरकारच्या वतीने कधीही कोणती वीमा योजना सुरू करण्यात आली नव्हती. पंतप्रधान सुरक्षा वीमा योजना एक प्रकारची उपघात वीमा पॉलिसी आहे. जी आता सामान्य लोकापर्यंत पोहचली आहे. ९ मार्च, २०१५ रोजी पंतप्रधान नरेंद्र मोदीने जनसुरक्षा योजनेनुसार तीन योजनांची घोषणा केली. ज्यात पंतप्रधान जीवन ज्योति वीमा योजना देखील सहभागी आहे. तिच्यानुसार दोन लाख रूपयापर्यंतचा जीवन वीमा देण्याची सोय आहे. ज्याच्या नावाने वीमा आहे त्याचा मृत्यू झाल्यावर त्याच्या परिवाराला दोन लाखाची रक्कम दिल्या जाते. या योजनेचा फायदा घेण्यासाठी ही योजना दरवर्षी नोंदणीकृत करावी लागते, त्यासाठी ३३० रूपये भरवे लागतात. या रक्कमेशिवाय त्या व्यक्तीला चालू वर्षात सर्हिस टॅक्स आणि ॲडमिनिस्ट्रॅटिव्ह फीसच्या नावाने ४१ रूपये द्यावे लागतात. केंद्र सरकारचा दावा आहे की योजनेत२०१८ पर्यंत जवळजवळ १९ करोड भारतीय या योजनेत सहभागी झाले आहेत. पंतप्रधानांनी ज्या इतर दोन योजनांची घोषणा केली होती, त्या आहेत पंतप्रधान सुरक्षा आणि अटल योजना. अटल योजनेत पैसे गुंतवल्यास रिटायर्ड झाल्यावर प्रत्येक महिन्याला पेंशन मिळवू शकता. या योजनेनुसार व्यक्तीच्या मृत्यूनंतर पत्नीला आणि पत्नीनंतर मुलांला पेंशन मिळत रहाते.

मुद्रा योजना

वाढत्या लोकसंख्येसोबत बेरोजगारी हा असा विषय आहे ज्यांनी तरूणाला सर्वांधिक परेशान करून सोडले आहे. या समस्येचा सामना करण्यासाठीच मोदींने तरूणांना स्वयंरोजगाराकडे वळण्याचा प्रयत्न केला. तसेच तरूणांना आपला व्यवसाय सुरू करण्याचा आग्रह करीत मुद्रा योजना सुरू करण्यात आली, ज्यानुसार सरकारकडून कर्ज उपलब्ध करून दिल्या जाते. म्हणजे लोकांना आपला व्यवसाय सुरू करता येईल किंवा पहिल्या व्यवसायात वाढ करता येईल. या योजनेला सरकारने खास यशस्वी केले

आहे, आणि सरकारचा दावा आहे की मे २०१८ पर्यंत मुद्रा योजनेर्तंगत २,२०,५९६ करोडचे कर्ज वितरीत करण्यात आले. या योजनेनुसार कर्जकालावधीला ५ वर्षांपर्यंत वाढवण्यात येऊ शकते. यात ५०,०००ते १० लाखापर्यंत कर्ज आपल्याला मिळू शकतं.

मृदा हेल्थ कार्ड योजना

देशात शेतकऱ्यांची समस्या सतत वाढत चालली होती आणि गेल्या काही दिवसात शेतकऱ्यांच्या आत्महत्या एक सामान्य बाब होऊन बसली होती. जी अद्याप थांबलेली नाही. नरेंद्र मोदीं सरकारने त्यांची समस्या सोडवण्याच्या उद्देशाने सॉइल हेल्थ कार्ड बनवण्याची घोषणा केली, ज्यानुसार मे २०१८ पर्यंत १३ करोड पेक्षा अधिक सॉइल हेल्थ कार्ड बनवण्यात आले. केंद्र सरकारचा दावा आहे की सॉइल हेल्थ कार्डमुळे शेतकऱ्यांना थेट फायदा मिळेल आणि ते या कार्डच्या मदतीने केवळ जमीनीची सुपीकताच समजून घेणार नाहीत तर हे पण समजून घेतील की त्यांना कोणत्या पीकासाठी किती युरिया आणि खतावर पैसा खर्च करावा लागेल. सरकारचा दावा आहे की या सॉइल कार्डच्या मदतीने शेतकऱ्यांना त्यांचे उत्पन्न वाढवण्यास मदत होईल. २०१५ मध्ये सुरू करण्यात आलेल्या या योजनेसाठी ५७० करोड रूपायांची व्यवस्था करण्यात आली आहे. ही रक्कम शेतकऱ्यांच्या मातीचा नमुदना तपासणे आणि तपासानंतर रिपोर्ट करणे यासाठी आहे. या रक्कमेतूनच शेतकऱ्याचे कार्ड देखील तयार करण्यात आले आहे. पहिल्या भागात १४ करोड शेतकऱ्यांना कार्ड देण्यात आले आहे. पूर्ण राज्यात ही योजना लागू आहे. मातीची उपजाऊ क्षमता वाढवण्यासाठी २०१८ मध्ये मृदा मॅनेजमेंट कार्यक्रमाची सुरूवात करण्यात आली. या योजनेचा देखील बराचसा फायदा मोदी सरकारला मिळाला.

उजाला योजना

देशातील वाढत्या लोकसंख्येसोबत वीजेची मागणी देखील वाढत आहे, ज्याचा सामना करण्यासाठी केंद्र सरकारने जनतेला आग्रह केला की साधारण बल्ब, ट्यूबलाईट तसेच सीएफएल बल्बबच्या ठिकाणी एलईडी बल्बबचा वापर करण्यात यावा, म्हणजे वीजेचा वापर कमी होईल. इतकेच नाही, सरकारने उजाला योजनेअतर्गंत स्वस्त दरात एलईडी बल्ब देखील उपलब्ध करून दिले. नरेंद्र मोदी सरकारचा दावा आहे की उजाला योजनेनुसार मे २०१८ पर्यंत २९,९६,३५,४७७ बल्ब लोकांमध्ये वितरीत करण्यात आले. मे २०१५ मध्ये आणण्यात आलेली ही योजना सुरूवातीच्या वर्षात १२५ शहरातील जवळजवळ ९ करोड एलईडी बल्ब वितरीत करण्यात आले

यामुळे जवळजवळ ५५० करोड रूपायांची प्रत्यक्षात बचत झाली. ईईएसएल वीज मंत्रालयाची संयुक्त उपक्रम कंपनी आहे, त्यानुसार २०१८ पर्यंत ३०,७२,३४,२५१ बल्बांची विक्री झाली यामुळे दरवर्षी १५,९६० करोड रूपायांची बचत होत आहे. याचा थेट फायदा जनतेला मिळू लागला आहे.

भारत ब्रॉडबँड नेटवर्क

आता इंटरनेटमुळे शहरी भागच नाही तर, बराचसा ग्रामीण भागही त्यापासून वंचित नाही आहे. परंतु या तंत्रज्ञानाचा पूर्ण फायदा ग्रामीण भागाला पोहचत नव्हता. देशातील सर्व गांवापर्यंत तंत्रज्ञानाचा फायदा पोहचविण्याच्या उद्देशाने नरेंद्र मोदी सरकारने ऑप्टिकल फाइबरच्या माध्यमातून सर्व देशात नेट-कनेक्टविटीची व्यवस्था करण्यासाठी बीएसएनलच्या माध्यमातून काम सुरू केले. सरकारचे म्हणणे होते की गावापर्यत तंत्रज्ञानाचा विस्तार झाल्याने भ्रष्टाचारावर देखील अंकूश लावल्या जाऊ शकेल. केंद्र सरकारचा दावा आहे की मे २०१८ पर्यंत देशाच्या १,१५,७०३ गावांना या योजनेसोबत जोडल्या गेले आहे. या योजनेमुळे लाखो हजारोंना रोजगार देखील मिळाला आहे. २०१८ पर्यंत देशाच्या किमान १.५ लाख ग्राम पंचायतीमध्ये ब्रॉडबँड कनेक्टिविटी झाली आहे. आणि सर्व ठिकाणी हाई स्पीड इंटरनेट उपलब्ध करून देण्यात आले आहे. टेलिकॉम मंत्रालयानुसार २०१९ पर्यंत पूर्ण गाव इंटरनेटने जोडल्या जातील. मोदी सरकारद्वारा यासाठी दोन टप्प्यात २०,४३१ करोड रूपये देण्यात आले आहेत.

दीनदयाल उपाध्याय ग्राम ज्योति योजना

स्वातंत्र्य मिळून ७० वर्षापेक्षा अधिक काळ लोटला होता, परंतु देशाच्या कानाकोपऱ्यात वीज देखील पोहचली नव्हती. हे चित्र बदलण्यासाठी पंतप्रधान नरेंद्र मोदी सरकारने पाऊल उचलले, आणि आता त्यांचा दावा आहे की मे २०१८ पर्यंत देशाच्या अशा १८,३७४ गावात वीज पोहचविण्यात आली आहे. जिथे आतापर्यंत वीज नव्हती. या योजनेमुळे सर्व गाव, घरांचे विद्यूतीकरण करण्यात येईल. याचा सर्वाधिक फायदा शेतकऱ्यांनाच होईल. या योजनेमुळे लहान आणि घरगुती व्यावसायात वाढ होईल. याच्या माध्यमातून रोजगाराच्या संधी उपलब्ध होत आहे. या योजनेवर ६३० बिलियन रूपये केल्या जाईल.

देशाच्या जनेतला सरकारच्या याच योजनेचा फायदा मिळाला, जी मोदीने पूर्ण केली आणि देशातील जनतेने दुसऱ्यांदा मोदी सरकारला निवडून दिले.

३. गतिमान सरकार

पंतप्रधान मोदीच्या ज्या विलक्षणतेमुळे सगळे त्यांच्याकडे आकर्षित होतात, ते आहे त्यांचे उत्साही असणे. ते एकाग्रता आणि निष्ठेने आपले काम करतात. भारताने कितीतरी वर्षानंतर देशाच्या सर्वोच्च पदावर बसलेल्या व्यक्तीने अशाप्रकारच्या कर्मठतेचं उदाहरण देशासमोर ठेवलं आहे. मोदी सरकारचा अर्थ आहे-सर्वांत गतिने काम करणे आणि वेळेच्या आत काम पूर्ण करून घेण्याची इच्छाशक्ती.

पंतप्रधान आवास योजना-ग्रामीण

सरकारबद्दल जी जुनी धारणा होती, त्यानुसार असे वाटणारच नाही की पंतप्रधान आवास योजना ग्रामीण मध्ये जशी घरं लोकांना मिळत आहेत, ते सकरकारने बनवले आहेत. गुजरामतध्ये या याजनेनुसार बनलेल्या १,१५,५५१घराच्या सामूहिक ई-गृह प्रवेशाच्या प्रसंगी ज्याप्रकारे डिझाइन असणारे घर लोकांना पहायला मिळाले, ते त्यांच्यासाठी अविश्वासनीय होते. सांगण्याची गरज नाही की हे सगळं देश आणि गरीबांसाठी काम करणारे पंतप्रधान असल्याने शक्य झाले.

दलाल संपविले

वीडिओ कॉंन्फ्रेसिंगद्वारा झालेल्या कार्यक्रमात ज्यावेळी राजकोटचे लाभार्थी सुनीता बेसना पंतप्रधान मोदीने विचारले की घर बांधताना कोण्या दलालादाने पैसे तर नाही मागितले, तर उत्तर मिळाले, नाही.' यांनी हे पण सांगितले की एक एक पैसा त्यांच्या खात्यात आले होते. हा परिणाम आहे सरकारी योजनेतून दलालांना संपवण्याचा, ज्यामुळे आता १०० पैसे लाभार्थ्यांच्या खात्यात जमा होत आहेत.

हेच कारण आहे की पंतप्रधान आवास योजेनुसार लोकांनी आपल्या पंसतीनुसार आपली घरं बांधली. देशाने तो काळ पण पाहिला आहे, ज्यावेळी दलाली चालत असताना एका रूपायातले १५ पैसे लोकांपर्यत पोहचत होते.

केंद्रीय आणि कालबद्ध उद्देश

पंतप्रधान नरेंद्र मोदी आपल्या सरकामध्ये देश विकासासाठी ज्या प्रकारे योजना केंद्रात रूपरेषा आखून त्यांना पुढे नेण्यात गुंतले आहेत, त्यामुळे देशात एक नवा विश्वास निर्माण झाला आहे. उद्देशासहित पुढे जात असताना योजनांना वळेत पूर्ण करणे या सरकारच्या स्वभावाचा भाग बनला आहे.

वर्तमान सरकारने २०२२ पर्यंत स्वातंत्र्याची ७५ वर्षे पूर्ण होण्याच्या निमित्ताने उद्देश ठेवला आहे की देशात कोणी असा नसेल, ज्याच्याकडे स्वतःचे घर नसेल. हा हेतू साध्य करण्यासाठी सरकार मोठ्या गतिने काम करीत आहे.

पंतप्रधान-ग्रामीण सडक योजना

मोदी सरकार माजी पंतप्रधान अटल बिहारी वाजपेयीच्या वेळी बनलेली पंतप्रधान ग्रामीण सडक योजनेला वेळेत पूर्ण करण्यासाठी प्रतिबद्ध आहे. यानुसार देशाच्या प्रत्येक गावाला मार्च, २०१९ पर्यंत रस्ते जोडणी करायची आहे. या योजनेचा वेग यावरून समजतो की २०१४मध्ये ग्रामीण क्षेत्रात रस्ते जोडणी ५६ टक्के होती, जी आज वाढून ८२ टक्के झाली आहे.

२०१३-१४ मध्ये जिथे ६९ किलोमीटर प्रतिदिनाच्या वेगाने रस्ते बनत होते, ते आज १३४ किलोमीटरच्या प्रतिदिन झाले आहे. वर्तमान सरकारच्या पहिल्या चार वर्षात ग्रामीण भागात १.६९ लाख किलोमीटर रस्त्याचे काम झाले.

घरोघर वीज

स्वातंत्र्याच्या ६७ वर्षानंतर देखील देशाच्या किमान १८००० गावात वीज पोहचली नव्हती. पंतप्रधान मोदींने घोषणा केली की १००० दिवसाच्या आत या गावात वीज पोहचण्याचे काम होईल. पूर्ण देशाने पाहिले की या कामाला वेळेच्या आतच पूर्ण केले.

सौभाग्य योजनेनुसार आता घरोघरी वीज पोहचविण्याचे काम चालू आहे. यानुसार मार्च २०१९ पर्यंत सर्व घरांना वीज उपलब्ध करून देण्याचे उद्देश ठेवण्यात आला आहे, परंतु मोदी सरकार ठरलेल्या वेळेच्या आधीच सर्व घरात वीज पोहचू इच्छित आहे. या योजनेचा फायदा त्या लोकांना मिळू लागला आहे, जे आर्थिक अडचणीमुळे वीज घेऊ शकत नव्हते.

७.२५ करोडपेक्षा अधिक शौचालय

पंतप्रधान नरेंद्र मोदीद्वारा सुरू करण्यात आलेले स्वच्छ ाारत अभियान देखील आपल्या उद्देशांची प्राप्त आहे. या अभियानानुसार वर्षे २०१९ मध्ये महात्मा गांधीच्या १५० व्या जयंतीपर्यंत पूर्ण देशाला स्वच्छ करण्याचा उद्देश ठेवण्यात आला आहे. वर्तमान सरकारने मागच्या चार वर्षात स्वच्छता मोहीमेला गतिमान केले आहे.

मोदी सरकारमध्ये आतापर्यंत ७.२५ करोडपेक्षा अधिक शौचालय बांधून झाले आहेत. देशाचा दोन तृतिअंश भाग उघड्यावर शौचाला बसण्यापासून मुक्त झाला. विचार करण्यासारखी गोष्ट आहे की पंतप्रधानांच्या घोषणेनुसार देशातील सर्व सरकारी शाळेत शौचालयाचे निर्माण करण्याचा उद्देश देखील वेळेत पूर्ण करण्यात आला आहे.

शेतकऱ्यांचे उत्पन्न हाईल दुप्पट

पंतप्रधान मोदींने २०२२ पर्यंत देशातील शेतकरी बंधू-भगिनींचे उत्पन्न दुप्पट करण्याचा उद्देश ठेवला आहे. हा उद्देश पूर्ण करण्यासाठी सरकारने अनेक प्रभावी पाऊलं उचलले आहेत, ज्यात सर्वांत नवीन आहे, किमान हमी भाव (एम.एस.पी.) चा खर्च दीडपट करण्याचा निर्णय. काही पीकांच्या बाबतीत हा खर्च दोनपट देखील वाढवण्यात आला आहे. अलिकडेच नाबार्डचा एक रिपोर्ट आला आहे त्यानुसार मोदी सरकार या कामी ज्या हेतूने लागली आहे, त्यामुळे शेतकऱ्यांचे उत्पन्न ठरवलेल्या कालावधी पुर्वीच दोनपट होऊ शकतं. रिपोर्टमध्ये हा उल्लेख करण्यात आला आहे की शेतकऱ्यांचे वार्षीक उत्पन्न १२ टक्के इतक्या वेगाने वाढू लागले आहे आणि हा वेग असाच कायम राहिला तर उद्देश साध्य करणे दूर नाही.

एक जगमगाता कीर्तिमान

लोकसभा स्पीकर सुमीत्रा महाजनने संसद भवन परिसरात दिल्लीच्या रहाणाऱ्या नशीबवानांना पंतप्रधान उज्ज्वला योजनेनुसार गॅस कनेक्शन दिले. सोबतच या योजनेत ५ करोड सिलेंडर देण्याचा उद्देश वेळेआधीच पूर्ण करण्यात आला आहे. मे २०१६ ला उत्तर प्रदेशाच्या बलियात लॉन्च करण्यात आलेल्या या योजनेनुसार मार्च २०१९ पर्यंत ५ करोड सिंलेडर वितरण करण्याचा उद्देश होता. सरकार आता २०२० पर्यंत ८ करोड परिवारांना मोफत गॅस कनेक्शन देण्याचा उद्देशाच्या दिशेने निघाले आहे. ही योजना स्वयंपाक करताना निघणाऱ्या जीवघेण्या धुरापासून सुटका देऊन देशातील स्त्री शक्तीसाठी उत्तम आरोग्याला कायम ठेवत आहे.

४. युवा शक्तीचा मोदीना सलाम

भारत जगातला सर्वांत तरूण देश आहे. काही वर्षापुर्वी देशातील तरूण पिढी केवळ उपेक्षितच नाही तर दिशाहीन देखील होती. त्यांच्या मनात सर्वांत मोठा प्रश्न आपल्या भविष्याच्या संदर्भात होता. नरेंद्र मोदी पंतप्रधान बनल्यानंतर तरूणांच्या स्थितीमध्ये बरीच सुधारणा झाली आहे. आज गरज कशाची असेल तर ती फक्त इच्छाशक्तीची. लाखो-करोडो तरूण आज आपला मार्ग स्वतः निवडायला आणि त्यावर चालायला स्वतंत्र आहेत. त्यांचे स्वप्नं आता आकार घेत आहेत.

पंतप्रधान नरेंद्र मोदींच्या नेतृत्त्वाखाली केंद्रात बनलेल्या सरकारने तरूणावर विशेष फोकस केला आहे. देशासाठी तरूण शक्तीची भूमिका पंतप्रधानांनी ओळखली आणि राष्ट्र-निर्माणासाठी या शक्तीला प्रेरित करण्याचे काम केले. तरूणांना केंद्रीत समजून ना केवळ योजना तयार केल्या तर त्यांना प्रत्यक्षात लागू पण केल्या. या प्रयत्नाचा परिणाम असा राहिला की देशातील तरूण शक्तीने एक असा वेग पकडला आहे, ज्यामुळे 'न्यू इंडिया' चा रस्ता सोपा झाला आहे.

स्टँड अप इंडिया

स्टँड अप इंडिया योजना अनुसूचित जाती जनजाती आणि महिलांमध्ये उद्योग आणि रोजगाराची वाढ व्हावी या उद्देशाने लॉंच करण्यात आल्या होत्या. म्हणजे ही वंचित समाजाला मदत करणारी योजना आहे. दोन वर्षापुर्वी लॉंच झालेल्या या योजनेनुसार ५४,७३३ लोन मंजुर करण्यात आले आहे. स्टँडअप इंडिया नुसार करण्यात आलेल्या ५८,५९२ अर्जाच्या आधारावर १२,७०९ करोड रूपायाचे कर्ज मंजूर करण्यात आले आहेत.

खास बात ही आहे की या योजनेनुसार व्यापार सुरू करण्यासाठी तीन वर्षापर्यंत इन्कमटॅक्समध्ये सुटका देण्याची सोय आहे.

स्टार्टअप इंडिया

तरूणांमध्ये उद्यागाला चालना देण्यासाठी १६ जानेवारी २०१६ रोजी लॉंच करण्यात आलेली ही योजना आतापर्यंत ९,०३६ स्टार्टअप ला मान्यता देण्यात आली आहे. स्टार्टअप अभियानाची सुरूवात करताना पंतप्रधानांनी तरूणांना आवाहन केले होते की त्यांनी जॉब सीकर नाही तर जॉब क्रिएटर बनावे. या योजनेनुसार सन २०२५ पर्यंत १०,००० करोड रूपायांचा स्टार्टअप फंड देण्यात येईल. स्टार्टअप नुसार लोन घेण्यासाठी एक विशेष सूचना आहे की बँक शाखेने दलित, आदिवासी आणि महिलेला कर्ज प्रदान करून प्रोत्साहीत करावे. यानुसार टॅक्समध्ये सवलतीचे देखील प्रावधान आहे आणि तीन वर्षापर्यंत इनकम टॅक्समध्ये सूट राहील.

मुद्रा योजना

आपला व्यवसाय सुरू करणे किंवा वाढवण्याच्या उद्देशाने या योजनेची सुरूवात करण्यात आली होती. या कर्ज याजनेनुसार शिशु, किशोर आणि तरूण तीन वेगवेगळ्या कॅटॅगरीत ५० हजरापासून ते १० लाखापर्यंतचे कर्ज मिळण्याचे प्रावधान आहे. याची सर्वांत खास विशेषता ही आहे की यासाठी कसल्याही प्रकारची गॅरंटी ठेवण्यात आली नाही. गेल्या आर्थिक वर्षात २०१७-१८ च्या दरम्यान मुद्रा योजनेनुसार २,२०,५९६ करोड रूपयापेक्षा अधिक कर्ज वितरीत करण्यात आले. २०१५-१६ आणि २०१६-१७ असे ३,०८,२६६ करोड रूपायाचे कर्ज वितरीत करयात आले. या योजनेचा फायदा आतापर्यंत १२ करोड लोकांनी घेतला आहे. २०१८-१९मध्ये मुद्रा योजनेनुसार बजट याजनेत स्वयरोजगारासोबतच रोजगाराच्या देखील खूप काही संधी उपलब्ध झाल्या आहेत.

पंतप्रधान कौशल्य विकास योजना

या योजनेनुसार देशातील तरूणांना त्यांच्याकडील कौशल्यानुसार विविध कार्यक्षेत्रात ट्रेनिंग देण्याची सोय आहे. ज्यामुळे रोजगार पण मिळेल आणि आत्मविश्वास देखील वाढेल. पंतप्रधान कौशल्य विकास योजनेतंर्गत देशभरात १३,००० ट्रेनिंग सेंटर उघडण्यात आले आहेत, जिथे ३७५ ट्रेडोंमध्ये प्रशिक्षण दिल्या जाते. या योजनेतंर्गत नवीन ट्रेनिंगच्या ५० टक्के लाभार्थी महिला आहेत. सोबतच देशाच्या प्रत्येक जिल्ह्यात मॉडल ट्रेनिंग सेंटर पंतप्रधान कौशल्य केंद्र (पी. एम. के. के.) उघडण्यात येत आहेत. आतापर्यंत २७ राज्याच्या ४८४ जिल्हे आणि ४०६ संसदीय क्षेत्रात ५२६ कौशल्य-केंद्राला मंजूरी देण्यात आली आहे, ज्यात ४१५ संचलित देखील झाले आहेत.

चांगले शिक्षण उत्तम संधी

मोदी सरकारचे चांगले शिक्षण आणि उत्तम संधीवर अधिक जोर आहे. केंद्र सरकारने उच्चतर शैक्षणिक संस्थांच्या सर्व परिक्षांना संचलित करण्यासाठी नॅशनल टेस्टिंग एजन्सी बनवली आहे. देशात एज्युकेशन सिस्टमला मजबूत करण्यासाठी मानव संसाधन विकास मंत्रालयाच्या वतीने अनेक पातळीवर काम चालू आहे. शैक्षणिक नेटवर्कची सुरूवात. सोबतच देशात २० प्रख्यात संस्था स्थापित करण्यात येत आहेत. याच्या अंतर्गत काही चिन्हीत सार्वजनिक क्षेत्रात संस्थांना १० हजार करोड रूपायाचे आर्थिक मदत दिली जाईल. केंद्र सरकारने सर्व आई. आई. एम. ला स्वायतत्ता देण्यासाठी कायदा केला आहे. सोबतच काही महिन्याआधी यू.जी.सी. ने एक ऐतिहासिक निर्णय घेत शिक्षणाचे उच्च निकष पूर्ण करणाऱ्या ६० उच्च शिक्षण संस्थांना देखील स्वायतत्ता देण्याचा निर्णय घेतला आहे.

रिसर्चला प्राधान्य

मोदी सरकारचा रिसर्चवर देखील अधिक जोर आहे. अटल अनोवेशन मिशन या नावाने देशभर २४०० पेक्षा अधिक अटल टिंकरिंग लॅबला मान्यता दिली आहे. सरकारने आरोग्य संस्थेत जनरल आणि रिसर्च इन्फ्रास्ट्रक्चरला मजबूत करण्यासाठी गुंतवणूकीला प्रोत्साहन देण्याचा निर्णय घेतला आहे. यासाठी सरकार रिवाइटलजिंग ऑफ इन्फ्रास्ट्रक्चर अँड सिस्टम इन एज्युकेशन म्हणजे राइज नुसार १ लाख करोडच्या गुंतवणूकीवर काम करीत आहे.

शिष्यवृत्ती योजना

केंद्र सरकारच्या राष्ट्रीय माध्यम सह मेरिट शिष्यवृत्ती योजनेतंर्गत २०१४-१५ ते २०१६-२०१७ पर्यंत ३.८१ लाख शिष्यवृत्ती धारकांना मंजूरी देण्यात आली आहे. आर्थिक वर्षे २०१७-१८ च्या दरम्यान ४.१३ लाख पेक्षा अधिक शिष्यवृतीधारकांना मंजूरी देण्यात आली आहे. तिच प्रोत्साहनाची राष्ट्रीय योजना बालिका माध्यमिक शिक्षणातंर्गत २०१४-१५ मध्ये ९.७१ लाख विध्यार्थ्यांना प्रोत्साहन रक्कम देण्यात आली, त्याचा २०१७-१८मध्ये ९.७३ लाखपेक्षा अधिक विध्यार्थ्यांना त्याचा फायदा झाला. ए. आई. सी. टी. इ. च्या आकडेवारीनुसार एमटेकच्या जी. ए.टी.इ. क्वालिफाइड ११८६२ स्टुडेंटससाठी किमान २९२५० करोड रूपये मंजूर करण्यात आले. गेल्या तीन वर्षांचा एकत्रित विचार केला तर ही रक्कम १०७६ करोड रूपायांची आहे.

ई-मेल योजना

या योजनेनुसार तरूणांमध्ये उद्यागशीलता वाढावी, म्हणून ई-लर्निंग आणि क्लास रूम टिचिंगवर जोर देण्यात आला आहे. ई-मेल वास्तवीक जीवनात येणाऱ्या अडचणींचा सामना करण्याची क्षमता विकसित करण्यासाठी तरूणांना मदत करण्याच्या हेतूने बनवण्यात आली आहे. या योजनेत जितक्या देखील संस्था आणि विद्यार्थी सहभागी आहेत, त्यांच्यासाठी देशभरात ५५ रिजनल /नोडल हब नेटवर्कच्या मदतीची व्यवस्था करण्यात आली आहे.

खेलो इंडिया

क्रिडा क्षेत्रात भारत शक्तीशाली बनावा, यासाठी आपल्या देशात खेळण्यात येणाऱ्या सर्व खेळासाठी एक मजबूत फ्रेम तयार करण्यात येत आहे. खेळाडूंच्या खेळात कोणत्याही प्रकारची उणीव राहू नये, यासाठी विभिन्न पातळीवर प्राथमिक खेळ प्रकारात चिन्हीत करण्यात करण्यात आलेले प्रतिभाशाली खेळाडूंना ८ वर्षापर्यंत ५ लाख रूपये वार्षीक मदत देण्याचे देखील प्रावधान करण्यात आले आहे. २०१७-१८ ते २०१९-२० पर्यंतसाठी जवळजवळ १,७५६ करोड रूपायाची आर्थिक मदतीला मजूरी देण्यात आली आहे.

देशात प्रथम क्रिडा क्षेत्राच्या बाबतीत एक सकारात्मक आणि उत्साहजनक वातावरण निमार्ण होऊ लागले आहे. याचा अंदाज गोल्ड कोस्टमध्ये झालेल्या कॉमनवेल्थ खेळात भारताचे जे प्रदर्शन झाले त्यावरून लावता येतो. इथे भारताने २६ गोल्ड, २० सिल्व्हर आणि २० ब्रॉजसोबतच एकूण ६६ पदक जिंकून पदक तालिकेत तिसरे स्थान पटकाविले. २०१८ च्या आशियायी खेळात देखील भारताचे प्रदर्शन पहिल्यापेक्षा उत्तम राहिले. पंतप्रधान नरेंद्र मोदी म्हणतात, खेलो इंडिया केवळ पदक जिंकण्याचे प्रकरण नाही, हे खेल इंडियाला प्रोत्साहन देण्यासाठी जनआंदोलन आहे.'

पंतप्रधान मोदीला आज पूर्ण जग एक ग्लोबल नेते म्हणून ओळखत आहे. श्री मोदींचे परेदशी धोरण असो किंवा देशाच्या आत करण्यात आलेले बदल, प्रत्येक पातळीवर त्यांच्या धोरणांने जन-सामान्यापर्यंत आपली पत निर्माण केली आहे. परंतु रोजगाराच्या संदर्भात जे आकडे समोर आले आहेत, त्यामुळे देखील जगासाठी एक उदाहरण बनले आहे. रेल्वेतली सर्वात मोठी सरकारी भरतीचे वर्ल्ड रेकॉड्र असो किंवा मग मुद्रा योजना, स्टार्ट अप, आणि स्किल इंडिया सारख्या कार्यक्रमानुसार करोडो लोकांना रोजगार देणे असो, मोदी सरकारची धोरणं तरूणांसाठी वरदानापेक्षा कमी नाहीत.

रोजगाराच्या वाढत्या संधी

भारतात रोजगार देण्यासंदर्भातले जे सरकारी आकडे, रिसर्च आणि सर्वे प्राप्त झाले आहेत, त्यामुळे चकित करणारी माहिती प्राप्त झाली आहे. मोदी सरकारच्या केवळ मुद्रा लोन योजनेमुळे ३ वर्षात १३ करोड लोकांना रोजगार मिळाला.

८ एप्रिल २०१५ला सुरू करण्यात आलेली मुद्रा लोन योजनेने आज देशात सव्वा करोड देशवासींयासाठी रोजगारच नाही, तर आत्मविश्वास देखील परत आला आहे. या योजनेनुसार सरकारने ५ करोडपेक्षा अधिक रक्कमेचे कर्ज दिले आहे. यामध्ये ५५ टक्केपेक्षा अधिक लाभार्थी अनुसूचित जाती जनजाती तसेच वंचित घटकातले आहेत. खास बात ही आहे की १३ करोड लोकांपैकी २८ टक्के म्हणजे सव्वातीन करोड लोक असे आहेत, ज्यांनी पहिल्यांदा कर्ज घेतले आहे. या संदर्भाने आणखी एक विशेष बाब ही आहे की त्यापैकी ७५ टक्के म्हणजे ९ करोड लाभार्थी महिला आहेत.

२२ मे २०१८ ला नीति आयोगद्वारा जाहीर करण्यात आलेले आकडे मोदी सरकाद्वारा रोजगार देण्याचे स्पष्ट चित्र सादर करतात. कर्मचारी भविष्य निधी संघटन म्हणजे ई.पी.एफ. ओ. च्या नुसार मागच्या सात महिन्यात देशात ३९,३६ लाख नवे लोकासंाठी रोजगाराच्या संधी निर्माण झाल्या आहेत. ई. पी. एफ. ओ. च्या मते केवळ मार्च २०१८ मध्येच नव्या रोजगाराच्या ६.१३ लाख संधी निर्माण झाल्या आहेत. फेब्रुवारीत नव्या रोजगाराच्या ५.८९ लाख संधी निर्माण झाल्या होत्या. रोजगाराचे हे आकडे सर्व वर्गाच्या हिसोबाने पी. एफ खात्यात योगदान करणाऱ्या सदस्यांचे आहेत.

नेस्कॉमनुसार भारतात आईटी कंपानीत ३९ लाख लोक वर्तमानात काम करीत आहेत. या वर्षी देखील एक लाख आणखी रोजगाराच्या संधी मिळतील, ज्यामुळे हा आकडा ४० लाख होईल. नेस्कॉमच्या अंदाजानुसार २०२५ पर्यंत देशात आई. टी क्षेत्राची उलाढाल ३५० करोड डॉलर हाईल आणि ज्यात २५ ते ३० लाख आणखी नोकऱ्यांची संधी उपलब्ध होईल.

डिजिटल इंडियामुळे तरूणांसाठी रोजगाराच्या नव्या संधी निर्माण झाल्या आहेत. यावेळी देशात १ लाख ८३ हजार ग्राम पंयाचतीपर्यंत डिजिटल सेवा उपलब्ध आहेत. या सेवेत बँकिग, वीमा, पेंशन, आरोग्य, शिक्षण, स्किल डेव्हलमेंट आणि आधारावर आधारीत दुसऱ्या सेवेचा देखील समावेश आहे. या केंद्रापैकी ५२ हजार केंद्र महिला उद्योजकामार्फत संचलित होत आहेत आणि तिथे १० लाख लोकांसाठी रोजगाराच्या संधी आहेत.

स्किल डेव्हलपमेंट मिशन

१५ जुलै २०१५ रोजी मोदी सरकारने सुरू केलेल्या महत्त्वाकांक्षी योजना स्किल डेव्हलमेंट मिशनने तरूणांचे नशीब बदलून टाकण्याचे काम केले. कौशल विकास आणि उद्यागे मंत्रालयातंर्गत मागच्या वर्षापर्यंतच २.५ करोड तरूण प्रशिक्षण प्राप्त करून बसले होते. ज्यात एक करोड तर २०१७ मध्येच प्रशिक्षित झाले होते. स्किल डेंव्हलमेंटसाठी तरूणांना घरापासून अधिक दूर नाही जावे लागणार नाही यासाठी सरकारने गेल्या वर्षीपर्यंत २७ राज्याच्या ४८४ जिल्ह्यात ५२७ पंतप्रधान कौशल्या केंद्र बनवले. जे तरूण लाँग टर्म ट्रेनिंग घेऊ इच्छितात, त्यांच्यासाठी आवश्यकतेनुसार देखील व्यवस्था करण्यात आली आहे.

१३,९१२ आई. टी. आई.

मागच्या वर्षापर्यंत १३,९१२ आई.टी. आई स्थापन करण्यात आले. मात्र गेल्या वर्षांत याची एकूण क्षमता ७७,०४० वरून २२,८२ लाख करण्यात आली. गेल्या वर्षी अवघ्या आई. टी. आई इको सिस्टममध्ये १२.१२ लाख तरूणांना प्रशिक्षणाची संधी मिळाली. सरकारने आता या योजनेचे यश पहाता २०२० पर्यंत १ करोड तरूणांच्या कौशल विकासाचे उद्दिष्ट ठेवले आहे. सोबतच सरकार यात १२ हजारा करोड रूपायाची गुंतवणूक करील.

भारतात जगातील फार मोठा स्टार्ट अप इकोसिस्टम विकसित झाला आहे. २८ राज्य आणि ६ केंद्र शासित प्रदेशाच्या किमान ४१९ जिल्ह्यात ९७५० स्टार्ट अप नोंदनीकृत झाले आहेत. सर्वेनुसार एका स्टार्टअपमधे किंमान १२ लोकांना रोजगार मिळतो. म्हणजे १ लाख १७ हजार लोकांना प्रत्यक्ष रोजगार मिळाला आहे. २०१३-१४ मध्ये जवळजवळ ६८,००० ट्रेड मार्क रजिस्टर होत होते, परंतु चार वर्षात हा आकडा अडीच लाखाच्या वर गेला आहे. स्टार्टअपनुसार पेंटंट रजिस्ट्रेशन गेल्या वर्षीच्या तुलनेत आता ११,५०० पेंटेंट रजिस्टर होऊ लागले आहेत. आश्चर्याची गोष्ट आहे की चार वर्षापुर्वी भारतात मोबाईल फोन बनवणाऱ्या केवळ दोन कंपन्या होत्या. आज १२० कंपन्या मोबाईल बनवत आहेत. खास बात ही आहे की ४५ टक्के स्टार्ट अप महिलांनी सुरू केले आहेत.

सरकारी नोकरी देण्यात रिकॉर्ड

रोजगाराच्या क्षेत्रात उत्तम काम करीत असलेले मोदी सरकार आता सरकारी

नोकरी देण्यात देखील जगातील सर्वांत मोठ रिकॉर्ड बनत आहे. भारतीय रेल्वेने जगातील सर्वांत मोठी भरती करण्याची ऑफर काढली आहे. याच्यानुसार किमान १ लाख तरूणांना सरकारी नोकरी देण्याचे कार्य प्रगतीवर आहे. यात ग्रुप डी. ग्रुप. सी (टेक्नाशियन तसेच असिस्टेंट लोको पायलट) शिवाय आर. पी. एफ. (रेल्वे प्रोटेक्शन फोर्स) आणि आर.पी. एस. एफ.(रेल्वे प्रोटेक्शन स्पेशल फोर्स) चे रिक्त पदे यांचा समावेश आहे.

नेशनल इस्टिट्युट ऑफ पब्लिक फाइनान्स अँड पॉलिसीच्या एका अभ्यासानुसार ग्रामीण आवास योजना ग्रामीण भागात अकुशल आणि कुशल कामगारांसाठी रोजगारांची मोठी संधी घेऊन आले आहे. १२ जून २०१८ पर्यंतच्या आकडेवारीनुसार दोन वर्षांत ५२ करोड श्रम दिवस निर्माण झाला आहे. यात २०.८५ करोड व्यक्ती कुशल आणि अकुशल श्रमासाठी ३१.६२ करोड व्यक्ती आहेत. आश्चर्याची गोष्ट आहे की पंतप्रधान आवास योजना (ग्रामीण) २०१६मध्ये सुरू करण्यात आली होती. पंतप्रधान मोदींचे सरकार बनल्यानंतर देशात महामार्गाच्या कामांना मंजूरी देण्यात आली. आज महामार्गासोबतच रोजगारांच्या देखील खूप संधी आहेत. ८३ हजार किलोमीटरच्या महामार्गाचे निर्माण आणि चारपदरीकरणाच्या योजनेला लागू करण्यासाठी ७ लाख करोड रूपायांची योजनेसोबतच १५ करोड श्रम-दिवसांचा रोजगार तरूणांना मिळाला.

दीन दयाल ग्रामीण कौशल योजनेत ७ लाख ८८ हजार लोकांना प्रशिक्षित करण्याच्या उद्दिष्टानुसार ५ लाख ७० हजार लोकाना प्रशिक्षित करण्यात आले आहे. यामध्ये ३ लाख ४८ हजारापेक्षा अधिक लोकांना रोजगार उपलब्ध करण्यात आला आहे.

पर्यटन क्षेत्रात रोजगार

सत्ता हाती घेतल्यांनतर मोदी सरकारने पर्यटनावर जोर दिला. याचा परिणाम आहे की केपीएमजीच्या टुरिज्म सेक्टवर एक्सपेडिशन ३.० ट्रॅव्हल अँड होस्पिटॅलिटी गोन डिजिटल शीर्षकवाल्या रिपोर्टनुसार भारतात २०१७ मध्ये टॅव्हल आणि टुरिज्म सेक्टरमध्ये २ करोड ५९ लाख रोजगाराच्या संधी मिळाल्या आहेत. इतकेच नाही टुरिज्म सेक्टरने जीडीपीमध्ये १४१.१ बिलियनचे योगदान दिले आहे. फेब्रुवारी २०१७च्या तुलनेत फेब्रुवारी २०१८च्या दरम्यान विदेशी पर्यटकांच्या आगमनात १०.१ टक्के इतकी वाढ झाली आहे.

मेक इन इंडिया

देशाच्या अर्थव्यवस्थेला मजबूत करून तरूणांना रोजगार उपलब्ध करून देण्यासाठी पंतप्रधान मोदींने २५ सप्टेबर २०१४रोजी 'मेक इन इंडिया' योजनेची सुरूवात केली होती. ही ती योजना आहे जी रोजगाराच्या क्षेत्रात क्रांती आणण्याची क्षमता बाळगते. मेक इन इंडिया च्या माध्यमातून २०२० पर्यंत १० करोड नवे रोजगाराच्या संधी उपलब्ध करून देण्याचा उद्देश आहे.

कान्फेडरेशन ऑफ इंडिस्ट्रीज (सी. आई. आई) आणि ग्लोबल मॅनेजमेंट कन्सल्टींग कंपनी बोस्टन कन्सल्टींग (बी.सी. जी.)च्या रिपोर्टनुसार हा अंदाज समोर आला की आगामी पाच वर्षात भारताची मीडीया आणि इंटरटेनमेंट इंडस्ट्रीत सात ते आठ लाख नोकऱ्या मिळणार आहेत. रिपोर्टनुसार ग्रामीण क्षेत्रात मीडीया आणि मनोरंजनाच्या सामग्रीच्या संदीर्भात रूची वाढलेली आहे, ज्यामुळे या सेक्टरमध्ये रोजगाराच्या संधी फारच वाढणार आहेत.

५. स्वच्छाग्रही देश बनला भारत

पंतप्रधान नरेंद्र मोदींने महात्मा गांधींच्या जन्मदिवशी २ ऑक्टोबर २०१४ च्या प्रंसगी महत्वाकांक्षी योजना स्वच्छ भारत अभियाची सुरूवात केली. या अभियानासोबतच उद्देश ठरविण्यात आला होता की २ ऑक्टोबर २०१९ रोजी महात्मा गांधींजी १५० वी जंयती आहे. तेव्हा देशाला उघड्यावर शौचास बसण्यापासून मुक्त आणि स्वच्छ करायचे आहे. मोदी सरकारने स्वच्छ भारत मिशननुसार ५ वर्षात १.२ करोड टॉयलेट बनवण्याचे उद्देश ठेवला आहे. आपल्याला सांगण्यास हरकत नाही की हे जगातील सर्वांत मोठे अभियान समजण्यात आहे. नवी दिल्लीच्या राजपथावर स्वच्छ भारत अभियानाची सुरूवात करताना ते म्हणाले, भारताला स्वच्छ करण्याचे काम कोण्या एका व्यक्तीचे किंवा एकट्या सरकारचे नाही, हे काम तर देशातील १२५ करोड लोकांद्वारा पूर्ण केल्या जाणार आहे. लोकांनी ठरवायला हवे की 'ना घाण करणार ना करू देणार' त्यांनी सांगितले की महात्मा गांधीने ज्या भारताचे स्वप्नं पाहिले, त्यात केवळ राजकीय स्वतंत्र्य नव्हते. तर एक स्वच्छ तसेच विकसित देशाची कल्पना देखील होती. त्यांनी इतके पण सांगितले की पहिले शौचालय नंतर देवालय' मोदींच्या या बोलण्याची जादू लोकांवर न झाल्यास नवल.

राजपथावर हजारोंच्या संख्येने आलेल्या लोकांना त्यांनी स्वच्छतेची शपथ दिली. देशातील प्रसिद्ध व्यक्तींना त्यांनी स्वच्छतेचे ब्रांड एंबेसडर बनवले. या प्रसंगी त्यांनी स्वच्छतेवर केंद्रीत लोकांना आणि महाराष्ट्राच्या अनंत खासदरबार आणि गुजरातच्या भाग्यश्रीचे स्लोगन होते, 'एक कदम स्वच्दता की ओर' दिल्लीत मोदीने झाडू उचलला आणि बनारसमध्ये फावडे. परिणाम आज आपल्या समोर आहे. स्वच्छता दिसू लागली आहे.

स्वच्छतेच्या संदर्भात मोदींचे म्हणणे आहे, देशातील लोकांचा मूळ स्वभाव स्वच्छतेला पंसत करण्याचा आहे, परंतु जेव्हा करण्याची वेळ येते त्यावेळी प्रश्न उभा रहातो की हे काम कोणाचे आहे ? पंतप्रधानांच्या शब्दात, जर १००० महात्मा गांधी

जरी आले, एक लाख मोदी जरी मिळाले, सगळे मुख्यमंत्री जरी आले, सगळे सरकार जरी एकत्र आले, तरी पण स्वच्छतेचे स्वप्नं पूर्ण होणार नाही, पण १२५ करोड लोकांची साथ मिळाली तर स्वच्छतेचे स्वप्नं पूर्ण झाल्याशिवाय रहाणार नाही. पंतप्रधान मोदींने ज्या पद्धतीने स्वच्छतेच्या मुद्यांना उचलले आहे, त्याचे कौतूक अंतरराष्ट्रीय पातळीवर देखील झाले आहे, खास करून संयुक्त राष्ट्राने याला जगातील स्वच्छतेचे सर्वांत मोठे मिशन मानले आहे.

पंतप्रधान नरेंद्र मोदींचा असा प्रयत्न पहिल्यापासूनच आहे की स्वच्छता मिशन एक सरकारी कार्यक्रम म्हणून राहू नये. ते ही गोष्ट सुरूवातीपासूनच सांगत आहेत स्वच्छ भारताचा संकल्प त्याचवेळी पूर्ण होईल, ज्यावेळी सरकार आणि समाज एकत्र काम करतील. म्हणून पंत्रप्रधान म्हणाले, जर समाजाची शक्ती ग्रहीत धरून चला, लोकसहभाग ग्रहीत धरून चला, तरच स्वच्छतेचे आंदोलन तमाम अडचणीवर मात करून यशस्वी होईल. तसे आतापर्यंत भारत स्वच्छतेच्या दिशेने जितका पुढे गेला आहे, तितके समाधानकारक आहे. आणि हे मिशन पूर्ण होईल असा विश्वास वाटतो. ही गोष्ट पंतप्रधान मान्य करतात आणि सांगतात की आता हे अभियान ना बापूचे आहे ना सरकारचे. आज स्वच्छ भारत अभियान देशाच्या सामान्य माणसाचे आपले स्वप्नं बनले आहे. आतापर्यंत जे काही यश मिळाले आहे, ते सरकारचे यश नाही आहे. यश जर मिळाले असेल तर ते तो स्वच्छतेचा आग्रह धरणाऱ्या लोकांचे यश आहे. ते म्हणाले की बापूच्या स्वराज्याचे शस्त्र सत्याग्रह होते. श्रेष्ठ भारताचे शस्त्र आहे स्वच्छाग्रह. स्वराज्याच्या केंद्रस्थानी सत्याग्रही होते आणि स्वच्छाग्रहाच्या केद्रंस्थानी स्वच्छाग्राही आहेत.

स्वच्छतेची रँगिक पहाता नेत्यांनी तसेच अधिकाऱ्यांवर समाजाचा सकारात्मक दबाव पडत आहे. आज घरा घरातली लहान मुले स्वच्छतेचे सर्वांत मोठे एंबेसेडर बनले आहेत. ते घरातली घाण पाहून मोठ्यांना टोकताना दिसत आहेत. ज्यामुळे घरातील लोकांच्या स्वभावात बदल होताना दिसत आहे. पंतप्रधान मोदींच्या शब्दात, स्वच्छतेच्या बाबतीत लोकांच्या दृष्टीकोणात मोठा बदल जाणवत आहे. आधी मुलांकडून स्वच्छता करून घेतल्यास पालक भडकत असायचे, परंतु आज मुले स्वच्छतेसोबत जोडल्या गेली तर बातम्याचा विषय बनतात. मोदीने स्वच्छतेबद्दल जागृती निर्माण करण्यासाठी मीडीयाचे देखील फार कौतूक केले आहे.

सरकारी आकड्यानुसार ८५ टक्केपेक्षा अधिक लोक आता शौचालयाचा उपयोग करीत आहेत. पेयजल आणि स्वच्छता मंत्रालयाचे सचिव परमेश्वर अय्यरच्या

मते, भारत सरकार 'स्वच्छ भारत अभियान'च्या संदर्भात फारच गंभीर आहेत. सरकार कोणत्याही किंमतीला यामध्ये यशस्वी हाऊ इच्छित आहे. सरकारच्या सर्व मंत्रालयाना हा आदेश देण्यात आला आहे की त्यांनी प्रत्येक महिन्याला कार्यालयात स्वच्छता अभियानानुसार स्वच्छता करावी. २०१९ पर्यंत सरकारला उघड्या जागेत शौचाला जाण्यापासून देशाला मुक्त करू इच्छित आहे. थर्ड पार्टी सर्वेक्षणानुसार त्यांनी दावा केला आहे की ९१ टक्के लोक शौचालयाचा उपयोग करीत आहेत. पाण्याची कमतरता आहे असे ग्रहीत धरून उधड्यावर शौच करण्यापासून (ओडीएफ) मुक्त करण्यासाठी अशा गावाना पाणी पुरवठा करण्यास प्राधान्य देण्याचा विषय मुख्य बनला आहे.

लोकांना प्रेरित करण्यासाठी पी. एम. मोदींने स्वतः झाडू मारून कुदळ चालवून हे अभियान यशस्वी करण्याचे आवाहन केले आहे. लोकांना स्वच्छतेचे आव्हान दिले आहे. सरकारचा उद्देश ग्रामीण भारतात १.९६ लाख करोड शौचालयाच्या रूपायांचा अंदाजीत खर्च करून देशभर १.२ करोड शौचालय बांधून उघड्या जागेत शौच करण्यापासून (ओडीएफ) भारताला मुक्त करणे आहे.

या अभियानाचे काही महत्त्वपूर्ण उद्देश आहेत. सर्वप्रथम घरोघरी शौचालय बांधून उघड्यावर शौच करण्याला कायमचे बंद केले जावे. डोक्यावरून मैला वाहून नेण्याची प्रथा बंद करणे. जिथे शौचालय बांधले जात आहे तिथे जागृती अभियान चालवणे म्हणजे लोक त्याचा वापर करू शकतील. स्वच्छ आणि निरोगी सवयींना प्रोत्साहन देणे. वैज्ञानीक पद्धतीने ठोस आणि कचरा व्यवस्थापनात सुधारणा आणणे.

सरकारने यासाठी मनावर घेतले आहे. सरकारच्या सर्व मंत्रालयाने स्वच्छता पंधरवाडा मानणे सुरू केले आहे. स्कूल, कॉलेज, बिगर सरकारी संस्थाद्वारा स्वच्छता पंधरवाडाच्या माध्यमातून लोकांना जागृत करण्यात येऊ लागले आहे. स्वच्छता समीक्षेसाठी ऑनलाइन नजर ठेवल्या जाऊ लागली. स्वच्छता पंधरवाडा साजरा केल्यावर किंवा विभाग प्रसार माध्यमाना हे सांगू लागले की या पंधरवाड्यात त्यांनी काय केले. स्वच्छता ॲक्शन प्लॅनच्या अमलबजावणीवर नजर ठेवण्यासाठी एक वेबसाइट बनवली आहे. या अभियानाने देशात स्वच्छतेच्या बाबतीत मोठा बदल केला आहे. लोक या संदर्भात विचार करण्यास विवश झाले आहेत. सरकारी आकडे पाहिल्यास स्वच्छतेच्या संदर्भात जे ३९ टक्के वातावरण होते ते वाढून आता ६७ टक्केवर आले आहे. लोकं आता शौचालयाचा वापर करू लागले आहेत. २०१८ पर्यंत १० राज्य उघड्यावर शौच करण्यापासून मुक्त झाले आहेत. या वर्षाच्या शेवटी तीन लाख गावांच्या प्रत्येक

घरात शौचालय बांधण्यात आले आहे. सरकारचा दावा आहे की शौचालय बांधण्याचे काम ९६.२५ टक्के पूर्ण झाले आहे.

पंतप्रधान मोदींच्या या मिशनमुळे देशाच्या ७८.९८ टक्के क्षेत्रावर शौचालयाचे बांधकाम झाले. ३१ मार्च २०१८ पर्यंतची आकडेवारी सांगते की देशाच्या २६६ जिल्ह्याच्या ३ लाख ४० हजार गावात, ६.८ करोड शौचालयाचे बांधकाम केंद्र सरकारच्या स्वच्छता अभियानातंर्गत झाले आहे.

उघड्यावर बसण्यापासून मुक्त होत असलेला भारत. आकडेवारीनुसार स्वच्छ भारत अभियानातंर्गत बांधण्यात येऊ लागलेल्या देशात केवळ स्वच्छतेबद्दलच जागृती आली, असे नसून लोकांच्या व्यवहारात देखील बदल झाला आहे. उघड्यावर शौचाला जाणे लोकांनी बंद केले आहे. ३१ मार्च २०१८ पर्यंतचे आकडेवारी सांगते की देशातील २,४४७ शहरं उघड्यावर शौचाला जाण्यापासून मुक्त झाली आहेत. शहरात ४६,३६,१५८ घरगुती आणि ३,६०,०६४ सार्वजनिक शौचालय बांधण्यात आले आहेत.

सरकारच्या वतीने २०१६ मध्ये चालविण्यात आलेल्या अभियान 'स्वच्छ आरोग्य सर्वत्र' मुळे देखील देशाचा फायदा झाला आहे. हे अभियान मानव संसाधन विकास आणि पेयजल तसेच स्वच्छता मंत्रालयाने संयुक्तपणे चालविले. यानुसार प्रत्येक जिल्ह्याच्या प्राथमिक आरोग्य केंद्राला स्वच्छतेचे निकष पूर्ण करण्यासाठी पुरस्कार ठेवयात आला आहे. या अभियामुळे निरोगी कर्मचाऱ्यांचा संकल्प आणि समर्पणाचे कौतूक होऊ लागले आहे. स्वच्छतेच्या संदर्भात आज आरोग्य केंद्र आज लोकांना जागृत करीत आहेत.

'स्वच्छ भारत अभियानातंर्गतच' 'नमामि गंगे योजना' जिचं अधिकृत नाव 'एकिकृत गंगा संरक्षण मिशन' या नावाने सुरू करण्यात आले. केंद्रीय जल संसाधन मंत्रालयाकडून २०३७ करोड रूपायाच्या योजनेचा एकमेव उद्देश गंगा आणि गंगेच्या काठावर वसलेल्या लोकांना स्वच्छ करणे. २०१४मध्ये सुरू करण्यात आलेल्या या योजनेचा कालावधी १८ वर्षे इतका आहे. सुरूवातीला नदीच्या वरच्या पाण्याची स्वच्छता केल्यावर मग वाहत्या पाण्यातला कचरा काढण्यावर जोर देण्यात येणार आहे. गंगेच्या पाण्याला आतून बोहरून स्वच्छ करण्यासोतच गंगेच्या काठावर वसलेल्या लोकांना उघड्यावर शौचास बसण्यापासून परावृत देखील करायचे आहे. २०१८ पर्यंत जवळजवळ ४५०० गावांना ओडीएफ करण्यात आले आहे. सोबतच ओडीएफच्या गुणवत्तेची चाचणी देखील घेण्यात आली आहे. नमामि गंगेपासून सुरूवात करून

हरिद्वार, बलिया, आणि बिहारमध्ये ४ आणि बंगालमध्ये ६ ठिकाणी जुन्या घाटांचा जिर्णोद्धार, नव्या घाटांचे निर्माण, चेंजिग रूम शौचालय, बसण्याची ठिकाणं, सीवेज ट्रीटमेंट प्लांट, ऑक्शीडेशन प्लांट, बायोरेमेडेशन प्रक्रियातून पाण्याचे संशोधन करण्याचे काम चालू आहे.

भारताचे पाच राज्य, उत्तराखंड, उत्तरप्रदेश, झारखंड आणि पश्चिम बंगाल, गंगा नदीच्या प्रवाहात येतात. सोबतच जोड नद्यामुळे हे हिमाचल, राज्यस्तान, हरियाणा, छत्तीसगढ आणि दिल्लींना देखील जोडते. म्हणून हा भाग देखील नमामि गंगेच्या योजनेत समाविष्ट आहे. या योजनेचा मुख्य उद्देश या भागाचा विकास करणे आहे म्हणजे या याजेनसाठी निधीची सोय करता येईल.

ज्यावेळी मोदी पंतप्रधान बनले, त्यावेही शाळेत सॅनिटेशनची दुरावस्था होती. खास करून सरकारी आणि ग्रामीण शाळेची. अनेक शाळेत तर टॉयलेट पण नव्हते आणि जे होते त्यांचा वापर करण्यालायक ते नव्हते. शाळेत टॉयलेट नसल्यामुळे मुलींची संख्या कमी होत चालली होती. २०१४ मध्ये लाल किल्ल्यावरून मोदींने सांगितले की देशातील सर्व शाळेत टाईलेट असणे गरजेच आहे. खास करून मुलींसाठी स्वतंत्र टॉयलेटची सोय असावी. असे जर केले नाही तर बेटी 'बचाओ-बेटी पढाओ' हे स्वप्नं अपूर्णच राहील. स्वच्छता तसेच सॅनिटेशनच्या व्यवस्थेला प्रत्यक्षात राबविण्यासाठी भारताच्या सर्व शाळेत शौचालय बांधण्याचे ठरवून याला 'स्वच्छ भारत अभियाना' ला जोडण्यात आले. आज देशातल्या सर्व सरकारी, बिगरसरकारी शाळेत शौचालयासोबतच पाण्याची सोय देखील करण्यात आली आहे. मुलींसाठी शाळेत सॅनिटरी नॅपकिनची व्यवस्था करण्यात येत आहे. शौचालयात सर्व सोयी उपलब्ध आहेत. या अभियानाचा अधिक परिणाम शाळेतच पहायला मिळू लागला आहे. आज मुले आणि शिक्षक मिळून शाळेतच शौचालय तसेच अंगण स्वच्छ करीत आहेत. निबंध, वाद-विवाद, पेंटिग, पोस्टर तसेच स्लोगनच्या स्पर्धेतून मुलांमध्ये जागृती आणल्या जात आहे. अनेक शाळेत बालमंत्री नियंत्रण कक्ष आहे जो स्वच्छतेवर नजर ठेवतो. अशा पद्धतीने शाळेत सॅनिटेशन पहायला मिळत आहे.

कोणत्याही शहरातील स्वच्छतेचा अंदाज त्या ठिकाणच्या बस स्टॅंड आणि रेल्वे स्टेशनवरून लावल्या जाऊ शकतो. जिथे बहुदा घाणीचे साम्राज्य असते. घाण आणि दुर्गंधीपासून प्रवाशांची त्यावेळी सुटका झाली ज्यावेळी रेल्वेमंत्री सुरेश प्रभुने रेल्वे आणि रेल्वे स्टेशनला स्वच्छ भारत योजनेसोबत जोडले आणि रेल्वेला स्वच्छ करण्याची घोषणा केली. ते म्हणाले की स्वच्छ रेल्वेवरूनच स्वच्छ भारताची कल्पना होऊ शकते.

यावर अमलबजावणी करीत रेल्वेने पर्यावरण तसेच हाऊस कीपिंग सूचनालय स्थापन केले. मोदी सरकारचा प्रत्येक मंत्री अलिकडे मोदींची कार्यपद्धती अवलंबवितांना दिसत आहे. स्वच्छतेच्या कामाला एक विशेष काम म्हणून सुरू करण्यात आले. त्यासाठी सराईत एजन्सीजची मदत घेण्यात येत आहे आणि सोबतच कर्मचाऱ्यांना स्वच्छतेच्या नवीन पद्धतीचे प्रशिक्षण देण्यात येऊ लागले आहे. रेल्वेच्या मोठ्या टर्मिनलच्या जवळ कचऱ्याची विल्हेवाट लावण्यात येऊ लागली आहे. २०१८ पर्यंत रेल्वे स्टेशनवर एक हजारापेक्षा अधिक शौचालयाचे बांधकाम करण्यात आले आहे. आतापर्यंत भरतीय रेल्वेच्या १४,६३९ कोचच्या ५६,०८७ बायो टॉइलेट सीट लावण्यात आले आहे. आणि उर्वरीत ठिकाणी काम चालू आहे. २०१८ पर्यंत सर्व ट्रेनच्या १००० डब्यात बायो व्हक्यूम टॉइलेट बसवण्यात आले आणि ३००० वर काम चालू आहे. रेल्वे ट्रॅकच्या रोजच्या स्वच्छतेचे काम चालू आहे. दररोज ट्रॅकने किमान ३ लाख बॅग कचरा काढण्यात येत आहे. जैव शौचालयाची सोय करण्यात येत आहे. पाच हजार प्रवाशी असणाऱ्या डब्यात डस्टबिन लावण्यात आले आहेत. आता लोकांना स्वच्छ अशा चादरी आणि चटया मिळाव्यात यासाठी मॅकनाइज्ड लॉन्ड्री बनवण्यात येत आहे. डिस्पेजल बिस्तर देखील बनवण्यात येऊ लागले आहेत.

हे खरे आहे की आपल्याला आपला स्वभाव बदलायला वेळ लागत होता, परंतु घाण आणि दुर्गंधी न करण्याचे ठरविले तरच आपण खऱ्या अर्थाने देशवासी म्हणून घेण्यास पात्र ठरू. कालपर्यंत ज्या मुलाच्या येण्याची आपण प्रतिक्षा करीत होतो की तो येईल आणि झाडू मारील. आता तो मुलगा ट्रेनमध्ये नाही दिसू लागला. आज तुमची बोगी स्वच्छ करण्यासाठी रेल्वे मंत्रालयाला तुम्ही केलेला एक मेसेज पुरेसा आहे. स्टेशनच्या सौंदर्यकरणासाठी त्यांना पारंपारीक चित्रशैलीने सजवल्या जाऊ लागले आहे. आणि हे कार्य त्या ठिकाणच्या कलाकाराद्वारा करण्यात आले. रेल्वे मंत्रालय देखील प्लास्टीक मुक्त अभियानानुसार प्लास्टीकच्या बॉटलवर बंदी घालण्याचा विचार होऊ लागला आहे.

७३ व्या स्वातंत्र्यता दिवसाच्या प्रसंगी मोदीने भारताला प्लास्टीकमुक्त करण्याची मोठी घोषणा केली आहे. त्यांनी देशातील जनता खास करून दुकानदार आणि व्यापारी यांना या दिशने योगदान देण्याचे आवाहन केले आहे. पंतप्रधान म्हणाले की देशाला प्लास्टीक कचऱ्यापासून मुक्त करण्यासाठी अभियानाची सुरूवात २ ऑक्टोबरपासून सुरू केली जाईल. मोदीने स्वच्छ भारत अभियानासाठी लोकांना शुभेच्छा दिल्या आणि म्हटले की याचा व्यापक परिणाम पहायला मिळाला. मोदीने

लोकांना आवाहन करताना म्हटले की २ ऑक्टोबर रोजी सर्व एकदा वापरलेला प्लास्टीक कचरा एकत्र करा आणि आपल्या नगरातील कचरागाडीकडे जाऊन सर्व कचरा जमा करा आणि देशाला एकदा वापरलेल्या प्लास्टीक कचऱ्यापासून मुक्त करण्यास सहकार्य करा. सामान्य लोकांनी जो कचरा एकत्र केला आहे तो रिसाइकल करून वेगळ्या प्रकारे उपयोगात आणल्या जाईल. मोदीने दुकानदारांना आवाहन केले आणि सांगितले की दुकानदारांनी दुकानावर अशी एक पाटी लावावी ज्यावर लिहिलेले असावे की इथे प्लास्टीक बॅग चालणार नाही, मिळणार नाही. मोदीने त्यांना सल्ला देताना सांगितले की ज्याप्रकारे आपण आपल्या ग्राहकांना दिवाळीला डायरी किंवा कॅलेंडर देतो, यावेळी कपड्यांच्या बॅग गिफ्ट करा. जर आपण कपडे आणि जूटच्या बॅगचा उपयोग केला, तर यामुळे अनेक गरीब लोकांना मदत होईल. प्लास्टीक मुक्त भारतासाठी मोदीने २०२२ चे उद्दिष्ट ठेवले आहे. मोदीच्या या सुरूवातीने अनेक मंत्रालयात प्लास्टीकच्या पाण्याच्या बॉटल ठेवल्या जात नाहीत.

स्वच्छ भारत अभियाना'त कॉरर्पोट जगाची महत्त्वाची भूमिका राहिलेली आहे. खास करून शौचालय बांधण्यात. मोदीने हे अभियान कॉर्पोरेट जगासोबत जोडले. मोदीच्या हाकेला ओ देत कॉर्पोरेट जगाने देखील हे अभियान यशस्वी करण्यासाठी उत्साहाने पुढाकार घेतला. कंपन्यांनी सी. एस. आर. नुसार स्वच्छता अभियानात चढाओढीने भाग घेतला. एल. एन. टी., डी. एल. एफ, वदांता, भारती, टी. सी. एस., अंबूजा सिमेंट, टोयोटो, किरलोस्कर, मारूती, टाटा मोटर्स, कोको कोला, डाबर, आदित्य बिरला, अदानी, इंफोसिस, टी. वी. एस. सारख्या मोठ्या मोठ्या कंपन्यानी स्वच्छता भारत अभियान' बजेट तयार केले. एका अंदाजानुसार कॉर्पोरेट सेक्टरद्वारा १००० करोड किंमतीच्या अनेक स्वच्छता योजना होण्याच्या बेतात आहेत.

पंतप्रधान ज्या घाणमुक्तीला आर्थिक उत्थानाला जोडून पहातात, ते समजून घेण्याची गरज आहे. जागतिक बँकेच्या आकडेवारीनुसार स्वच्छतेवर एक डॉलर खर्च केले तर आरोग्यावर खर्च करण्यात येणारे नऊ डॉलर वाचविले जाऊ शकतात. डब्ल्यू. एच. ओ. चे म्हणणे आहे की घाणीमुळे दरवर्षी भारताच्या प्रत्येक नागरीकाला किमान ६५०० रूपयाचे अतिरिक्त नुकसान सहन करावे लागू शकते. मोदींच्या कार्यशैलीमुळे आज आपण एक स्वच्छ भारत पहात आहोत. त्याचा अनुभव घेत आहोत.

६. अल्पसंख्याक कल्याणाचा सोनेरी काळ

पंतप्रधान नरेंद मोदी यांच्या नेतृत्त्वाखाली केंद्र सरकार सबका साथ, सबका विकास' या मंत्रावर काम करीत आहे. या विचाराने सरकार अल्पसंख्याक समाजाच्या विकासासाठी आणि चांगल्या जीवनासाठी एकामागून एक नवीन योजना आणत आहे. अल्पसंख्याकांच्या कल्याणासाठी आणि सर्वसमावेशक विकसासाठी आधीच अल्पसंख्याक व्यवहार मंत्रालय आहे. नरेंद्र मोदी सरकारने या मंत्रालयाची भूमिका आणि महत्त्व पुन्हा अधोरेखित केले आहे. सध्याच्या सरकारच्या दुरदृष्टीचा परिणाम असा आहे की तुष्टीकरण न करता सपूंर्ण देशात अल्पसंख्यकांची स्थिती सातत्याने सुधारत आहे. आज अल्पसंख्याक व्यवहार मंत्रालयाचे हे काम कामाच्या दृष्टीने सरकारच्या सर्वोत्तम मंत्रालयापैकी एक मानले जात असेल, तर त्याचे श्रेय पंतप्रधान मोदींना जाते. नुकतेच पी. एम. मोदींच्या अध्यक्षतेखाली झालेल्या केंद्रीय मंत्रिमंडळाच्या बैठकीत अनेक लोकहितकारी निर्णय घेण्यात आले. याचा फायदा सर्वसाधारणपणे अल्पसंख्यकांना होईल. केंद्रीय मंत्रिमंडळाने बहु-क्षेत्रीय विकास कार्यक्रमाचे प्रधानमंत्री जन विकास कार्यक्रम असे नामकरण आणि पुनर्रचना करण्याच्या प्रस्तावाला मंजूरी दिली आहे. १४ व्या वित्त आयोगाच्या उर्वरीत कालावधीत ते सुरू ठेवण्यास आर्थिक व्यवहारावरील मंत्रिमंडळ समितीनेही मान्यता दिली आहे. अल्पसंख्याकांच्या कल्याणासाठीच्या या योजनेची व्याप्ती १९६ जिल्ह्यावरून ३०८ जिल्ह्यापर्यंत वाढवण्यास केंद्र सरकारने मान्यता दिली आहे. त्यासाठी गतवर्षीच्या अर्थसंकल्पात ३९७२ कोटी रूपायाची तरतूद करण्यात आली होती, जी २०१९-२० पर्यंत खर्च करायची आहे. या कार्यक्रमातंर्गत अल्पसंख्याक बहुल भागातील शाळा, वस्तिगृह बांधणे इत्यादी व इतर विकास योजना राबविण्यात येणार आहेत. या अंतर्गत ३३ टकके ते ४० टक्के संसाधने केवळ महिला केंद्रित प्रकल्पासाठी दिली जातील. २०१४ मध्ये मोदी सरकार येण्यापुर्वी अलपसंख्यकांचा सरकारी नोकऱ्यामध्ये सहभाग फक्त पाच टक्के

होता. पण २०१७ मध्ये हा सहभाग नऊ टक्क्यावरून अधिक वाढला. अल्पसंख्यकांच्या जागृतीचे हे उत्तम उदाहरण आहे. अल्पसंख्याक समाजाच्या रोजगारासाठी सरकारने 'शिका आणि कमवा' योजना आणली. अल्पसंख्याक समाजीतल तरूणांची क्षमता आणि बाजारपेठेतील क्षमता लक्षात घेऊन त्यांची कौशल्य क्षमता वाढवणे हा त्यामागचा उद्देश आहे, जेणेकरून अल्पसंख्याक समाजातील तरूणांना चांगला रोजगार मिळू शकेल. २०१६ मध्ये हरियाणाच्या व्यतिरिक्त, उत्तराखंड, उत्तर प्रदेश आणि इतर अनेक राज्यांमध्ये त्याचे आयोजन करण्यात आले. प्रगती पंचायतीच्या माध्यमातून केंद्र सरकारच्या योजनांची माहिती पंचायतीतील लोकांपर्यंत पोहचवली जाते. अल्पसंख्याकांच्या पारंपारिक कलांना आणि समुदायाशी संबंधित हस्तकला यांना प्रोत्साहन देण्यासाठी पंतप्रधान नरेंद्र मोदी यांच्या संसदीय मतदारसंघ वाराणसीमध्ये कौशल्य विकास आणि प्रशिक्षण योजना 'उस्ताद' सुरू करण्यात आली. या योजनेचा उद्देश अल्पसंख्याक कामगारांना मोठ्या मार्केट नेटवर्कचा एक भाग बनवणे आहे. अल्पसंख्याक विद्यार्थ्यांना विविध प्रवेश परीक्षांच्या तयारीसाठी मोफत शिक्षण देण्यासाठी नवी उडान योजना राबविण्यात आली. या योजनेतंर्गत स्थानिक विद्यार्थ्यांना ३०० रूपये दिले जातात. 'सबका साथ, सबका विकास' या मंत्राची पूर्तता करण्यासाठी, अल्पसंख्याक कार्य मंत्रालयाने सर्वसमावेशक विकासासाठी अनेक धोरणे आणि योजना आणल्या आहेत. पंतप्रधान नरेंद्र मोदी यांनी थ्री ई च्या माध्यमातून अल्पसंख्याकांच्या मूलभूत विकासाच्या धोरणांना गती दिली आहे. अल्पसंख्याक समाजातील गरीब, मागास आणि दुर्बल घटकांना शिक्षण, रोजगार आणि सक्षमीकरणाच्या आधारे विकासाच्या मुख्य प्रवाहात समाविष्ट करण्याच्या विचाराने अनेक योजना पुढे सरकत आहेत.

अल्पसंख्याक समाजातील मुलींना उच्च शिक्षण घेण्यासाठी प्रोत्साहन देण्यासाठी केंद्र सरकार पदवीचे शिक्षण पूर्ण करणाऱ्या अल्पसंख्याक मुलींना 'शादी शगुन' म्हणून ५१,००० रूपये देणार आहे. मौलाना आझाद एज्युकेशन फाउंडेशन या केंद्रीय अल्पसंख्याक मंत्रालयाच्या अधिनस्थ संस्थेने मुस्लिम मुलींच्या मदतसाठी हे पाऊल उचलण्याचा निर्णय घेतला. एम. ए. ई.एफ. मुलींना विद्यापीठ किंवा महाविद्यालयीन पातळीवरील शिक्षण पूर्ण करता यावे यासाठी मुस्लिम मुली आणि पालकांना प्रोत्साहन देणे हाच या योजनेचा उद्देश असल्याचे सांगतात. या कार्यक्रमाला शादी शगुन असे तात्पुरते नाव देण्यात आले आहे. मुख्य प्रवाहात शिक्षण देणाऱ्या मदरशांना मदत करण्यासाठी आणि पारंपारीक शिक्षण केंद्राचे आधुनिकीकरण करण्यासाठी सरकारने थ्री टी. योजना लागू केली आहे. मिस्टर टी म्हणजे टॉइलेट, टिफिन आणि शिक्षण. या

आर्थिक वर्षात केंद्रीय अल्पसंख्याक व्यवहार मंत्रालयाने देशभरातील मदरशांमध्ये एक लाखाहून अधिक शौचालय बांधण्याचे उद्दिष्ट ठेवले आहे. मुख्य प्रवाहात शिक्षण देणाऱ्या मदरशांमध्ये मुलांसाठी मिड डे मील योजना सुरू करण्यात आली आहे. राष्ट्रीय अल्पसंख्याक विकास आणि वित्त महामंडळ (एन. एम. डी. एफ. सी.) अल्पसंख्यकांना त्यांचा स्वतःचा व्यवसाय सुरू करण्यासाठी अत्यंत कमी व्याजदरावर कर्ज उपलब्ध करून देते. सध्याच्या सरकारच्या धोरणांमध्ये अल्पसंख्याकांचा समृद्ध सांस्कृतिक वारसा आणि परंपरा जतन करता येतील आणि त्यांचे संरक्षणही होईल याची काळजी घेण्यात आली आहे. त्यासाठी त्यांना जोडलेल्या इमारतीच्या देखभालीकडे विशेष लक्ष देण्यात आले आहे. आमची धरोहर योजना सुरू करण्यामागेही हाच मूळ उद्देश आहे. हे उद्दिष्ट पूर्ण करण्यासाठी द एव्हरलास्टिंग फ्लेम इंटरनॅशनल प्रोग्राम सुरू करण्यात आला. हा एक अनोखा उपक्रम आहे. अल्पसंख्यकांच्या कल्याणबाबात सरकारची ही वृत्ती वाखानण्याजोगी आहे. विशेष म्हणजे २००६ मध्ये यूपीए सरकारने अल्पंसख्याकांच्या विकासासाठी स्वतंत्र मंत्रालय स्थापन केले होते. २००६ मध्ये पहिल्यांदा तत्कालीन यूपीए सरकारने अल्पसंख्याक कल्याणासाठी १४३ कोटी रूपायाची तरतूद केली होती. त्यानंतर अर्थसकंल्पात सलग या मदतीत वाढ करण्यात आली. २००९-१० च्या बजेटमध्ये अल्पसंख्याक कल्याणाच्या मदतीत ७४० करोड, २१०-११ मध्ये ७६० करोड, २०११-१२ मध्ये ३३० करोड आणि २०१२-१३ मध्ये ३०५ करोडची वाढ करण्यात आली होती.

७. संवादाची नमो शैली

असे म्हणतात की मोदींचे अंदाज आहेत आणि सर्वप्रथम असा कोणताही विषय नाही की ज्यावर मोदी बोलू शकत नाहीत आणि तेही पूर्ण तथ्यांसह. उर्जेने भरलेल्या या व्यक्तीमध्ये स्वतःला सादर करण्याची अद्भूत क्षमता आहे. ज्या स्वरात ते सभेला संबोधित करतात, ज्या शब्दात ते लोकांना मंत्रमुग्ध करतात. बालपणातील अभिनयाची कला आज कामी येत आहे. तो एक नेता तसेच अभिनेता आहे. इतर देशांच्या पंतप्रधानांना किंवा राष्ट्र्ध्याक्षांना मोदी ज्या शैलीने आणि जिव्हाळयाने भेटतात ते पाहण्यासारखे आहे. आता हातवारे करून ते आपल्या सामर्थ्याची जाणीव करून देतात. मोदी केंद्रात आल्यानंतर या काळात लोकप्रियतेचे सर्व प्रस्थापित निकष धुळीस मिळाले. विरोधकांची छावणी आणि घेराव कुठे आणि कोणत्या टप्प्यावर उद्‌वस्त झाला, याचा अंदाजही कोणी लावू शकत नाही. या सहा महिन्यांसाठी वृत्तवाहिन्यांकडे टीआरपी गोळा करण्याचा एकमेव सोपा मार्ग म्हणजे नरेंद्र मोदींच्या सभा आणि भाषणांचे थेट प्रक्षेपण. मोदींमुळे वाहिन्यांना टीबारपी आणि भारतीय जनता पक्षाला मते मिळाली. २०१४च्या निवडणूक प्रचारात त्यांची प्रत्येक भाषणातील नवनवीनता, त्यांची भाषणे, वाक्यप्रचार, त्यांचे वक्तृत्त्व कौशल्य आणि त्यांचा प्रभाव आर्श्चयकारक आहे. प्रत्येक भाषणात काहीतरी वेगळे, काहीतरी नवीन थेट लोकांच्या हृदयाला भिडणारे काहीतरी असते. या सर्वांनी मिळून आपले ६० मोदी संपर्ण देशाला दिले आहेत, त्यामुळे ते शक्य आहे.

करिष्माई नेतृत्त्वाशी अशा प्रकारे बांधले गेले की भारतीय जनमानसात स्वाभिमान आणि स्वाभिमान असलेल्या राजकीय नेतृत्त्वाबद्दल एक नवीन वाद निर्माण झाला. देशातील जनतेमध्ये जी निराशा आणि निराशा पसरली होती, त्या परिस्थितीत देशाची परिस्थिती बदलूनच आपण तग धरू शकतो, हे नरेंद्र मोदी जनतेला पटवून देऊ शकले. घोर निराशेचा आणि उपेक्षेचा काळोख मागे टाकून देशवासीयांच्या अपेक्षांचा नवा सूर्य बनून तो उदयास आला. निवडणूक रॅली आणि चहापानावर चर्चा

करताना नरेंद्र मोदींच्या यशाचे रहस्य यातच दडलेले आहे, ज्यामुळे ते इतरांपेक्षा वेगळे ठरत नाहीत.

विलक्षण भाषण कला

प्रत्येकाला हे जाणून घेण्यास आणि समजून घेण्याची इच्छा आहे की, गुजरातच्या एका छोट्या शहरातील चहा विक्रेत्याच्या अत्यंत साध्या आणि गरीब कुटुंबात जन्मलेल्या नरेंद्र मोदींनी भारतासह संपूर्ण जगाला आश्चर्यचकित केले. वक्तृत्त्व कलेवर विलक्षण प्रभुत्त्व कसे मिळवले. नरेंद्र मोदींचा प्रवास हा सामान्य असामान्य होण्याची कहाणी आहे. नरेंद्र मोदी आज जिथे आहेत तिथे पोहोचण्यात संवादशैलीचा महत्त्वाचा वाटा आहे. त्यामुळेच त्यांच्या भाषणाचा प्रतिध्वनी केवळ देशातच ऐकायला मिळत नाही, तर संपूर्ण जगाला त्यांच्या अनोख्या भाषण कलेची खात्री पटते. ते कोणत्या मंचावर आहेत किंवा ते कोणाला संबोधित करत आहेत हे महत्त्वाचे नाही, त्यांच्यासाठी त्यांच्याकडे सांगण्यासाठी काहीतरी खास असते. आपला मुद्दा ते ज्यापकारे समजावून सांगतात, त्यातून लोक केवळ प्रेरणा घेत नाहीत तर त्यांना पाहून आणि ऐकून शिकण्याची आणि समजून घेण्याची देखील इच्छा असते.

चकचकीत अंदाज

नरेंद्र मोदी हे असे नेते आहेत, ज्यांची भाषणशैली देशातील प्रत्येक वर्गाशी संवाद साधून त्यांना आपलेसे करण्याची शैली आहे. या भाषणशैलीमुळे विरोधकांचा घेराव कुठेच टिकत नाही. चकचकीत अंदाजामध्ये त्यांचे अनेक संवाद लोकांच्या ओठावर असतात, तर यामागे त्यांची पारख आणि समज महत्त्वाची आहे. त्यामुळेच ते छप्पन इंचाची छाती घेऊन विरोधकांना आव्हान द्यायला चुकत नाहीत. नरेंद्र मोदींचे सार्वजनिक जीवन पूर्णपणे पारदर्शक आहे, त्यामुळेच ते प्रत्येक भाषणात भ्रष्टाचारावर जोरदार प्रहार करतात. सर्वसामान्यांच्या जीवनात बदल घडवून आणण्यासाठी, येत्या काही वर्षात देशाला जगाशी स्पर्धा करण्यासाठी एक टिकाऊ आणि मजबूत पाया देण्यासाठी ते सतत काम करत असतात, त्यामुळेच ते विरोधकांच्या हल्ल्यांना वस्तुस्थितीच्या तलवारीने उत्तर देतात. सर्वात मोठी गोष्ट म्हणजे भाषणादरम्यान युक्तिवाद आणि वस्तुस्थिती कोणत्या वेळी आणि कोणत्या पद्धतीने मांडायची हे त्यांना माहीत असते.

सगळ्यांशी संवाद

प्रत्येक भूमिकेत परिपूर्ण बसणारेच भारतीय चित्रपटांचे नायक असतात. देशाच्या राजकरणात नरेंद्र मोदी हे असेच नायक म्हणून उदयास आले आहेत, जे प्रत्येक परिस्थितीनुसार आपली भूमिका ठरवतात. मुलांशी किंवा तरूणांशी संवाद साधण्याची संधी असो, संत समागमातील संत असोत, किंवा सीमेवरील सैनिकांसोबत असोत, शेतकऱ्यांशी किंचा गृहणींशी, शेतीविषयी बोलण्याची संधी असो, नरेंद्र मोदी सर्वांशी अचूक आणि प्रभावीपणे संवाद प्रस्थापित करण्यात यशस्वी झाले आहेत.

टीकेने आत्मविश्वास वाढला

आत्तापर्यंतच्या राजकीय प्रवासात त्यांच्यावर हजारो दगडं फेकण्यात आले, पण त्या दगडामुळे ते कधी जखमी झाले नाहीत. आपल्यावर फेकलेल्या प्रत्येक दगडाची त्यांनी कदर केली आणि त्याच दगडांच्या आपल्या यशाच्या गंतव्यस्थानापर्यंत पोहोचण्यासाठी पायऱ्या बांधल्या. त्यांचे आजवरचे जीवन आणि त्यांची भाषणे याचा पुरावा आहे. जेव्हा ते तरूणांमध्ये आशा निर्माण करतात, तेव्हा ते उत्साही होतात. एकीकडे ते मूठ आवळून आकाशात देशाची ताकद जाहीर करतात आणि दुसरीकडे दोन्ही हात वर करून संपूर्ण देशाच्या आत्मविश्वासाला वाव देतात. ओल्या डोळयांनी आपले बालपण आणि आई-वडील यांचे दुःखद जीवनाची आठवण करून देत ते कोणत्याही परिस्थितीत पराभव न स्वीकारण्याचे, हिमतीने लढण्याचे आणि कर्मक्षेत्रात चिकाटीने काम करण्याची शिकवणही देतात. जेणेकरून गरीब, वंचित आणि बेरोजगारांचे जीवन सुधारू शकेल.

विकासाचा अजेंडा

पंतप्रधान मुद्रा बँक योजनेतून स्वयंरोजगारासाठी करोडो तरूणांना कर्ज देण्याबाबत, करोडो जन-धन खात्यांची योजना यशस्वी करण्याबाबत आणि स्किल इंडियाच्या माध्यमातून देशातील तरूणांना कोशल्य देण्याबाबत वारंवार बोलतात. आम्ही एकत्रितपणे स्टार्ट-अप योजनेद्वारे लाखो नवउद्योजक तयार करण्याचा, स्वच्छता मोहिमेद्वारे भारताचे चित्र बदलण्याचा आणि 'बेटी बचाओ बेटी पढाओ' च्या माध्यमातून महिला आणि मुलींच्या जीवनात मोठा बदल घडवून आणण्याचा प्रयत्न करतात. कॉर्पोरेट, विज्ञान आणि शैक्षणिक जग, क्रीडा जगतासह प्रत्येक वर्गात आणि प्रत्येक क्षेत्रात सर्वांचा विकास, हा महान मंत्र ते देतात, जेणेकरून भारताचे भविष्यातील चित्र सर्वांना सोबत घेऊन बदलता येईल.

स्वयंशिस्तीचा धडा

देशाच्या इतिहासातील सर्व वीरांनी प्रथम स्वतःला एक आदर्श माणूस बनवले. नरेंद्र मोदींनीही तोच मार्ग निवडला. त्यांनी आधी स्वतःला शिस्त लावली, मग इतरांना शिस्तबध्द जीवन जगण्याचा धडा शिकवला. नरेंद्र मोदींनी जो स्वयंशिस्तीचा धडा शिकला, तोच धडा आज ते संपूर्ण देशाला शिकवू पाहत आहेत. आपल्या कौटुंबिक जीवनाचा त्याग करून देश आणि समाजाच्या सेवेसाठी स्वतःला झोकून देणे तोपर्यंत शक्य होत नाही, जोपर्यंत व्यक्तीमध्ये अफाट उर्जा आहे. हिमालयातील लेण्यांपासून ते बालूर मठापर्यंतचा त्यांचा आध्यात्मिक प्रवास हा या उर्जा-संचय आणि शक्तीच्या संयोगाचा प्रवास होता. त्यामुळे त्याच्या चेहऱ्यावर कधीच थकवा दिसत नाही.

स्वतःला सादर करणाची कला

म्हणजे केवळ शब्द नाही, भाषण नाही, संबोधन नाही, संवाद नाही, तर स्वतःला मांडण्याची त्यांची शैलीही अनोखी आहे. स्वतःच्या शैलीचा कुर्ता पायजमा घालून एअर इंडियाच्या विमानात चढणे आणि सूट घालून जपानी मातीवर उतरणे, तेथे मासे खाणे, बोद्ध विहाराला भेट देणे, शाळकरी मुलांना भेटणे, त्यांचे कान धरणे, उद्योगपतींना आमंत्रित करणे, बासरी आणि तायको ड्रम वाजवणे आणि जपानचे पंतप्रधान शिंझो आबेंना गीता देताना सांगणे की तुम्हाला देण्यासाठी माझ्याकडे यापेक्षा मोठी भेट नाही आणि देशाच्या विरोधकावर निशाण साधताना आमच्या धर्मनिरपेक्ष मित्रांना असे केलेले आवडणार नाही असा उपरोधिक टोलाही मारणे.

नेतृत्त्वाचा जुना पॅटर्न मोडला

नरेंद्र मोदी ज्या पद्धतीने राजकारणाच्या तालमीला संगीताच्या तालावर सजवतात, ही अनोखी शैली जगात फक्त त्यांच्याकडेच आहे. टोमणे मारण्याची पद्धत अशी आहे की समोरची व्यक्ती काहीही बोलू शकत नाही, प्रभावित होत रहाते. सत्तेचा आणि राजकारणाचा जो नवा पॅटर्न आणि पद्धत नरेंद्र मोदी यांच्याकडे आहे, त्याने देशातील नेत्यांनी ठरविलेले निकष बाद केले आहेत. समोर बसलेल्या श्रोत्यांना कधी आणि काय ऐकायला आवडते हे त्यांना माहीत असते. त्यांच्या भाषणाचा मूड प्रत्येक ठिकाणी बदलतो.

स्थानिकतेला महत्त्व

स्थानिक बोलींसह देशातील अनेक मातृभाषेत ते जनतेशी थेट संवाद साधतात. स्थानिक लोकांच्या जीवनाशी संबंधित स्थानिक म्हणी आणि मार्मिक घटनांच्या मदतीने ते लोकांना सहजपणे आपल्याशी जोडतात. गरजेनुसार ते कधी कथाकार, कधी कडक प्रशासक, कधी संवेदनशील मित्र आणि सोबती, कधी संरक्षक तर कधी शिक्षक बनतात. मोदी आपल्या भाषणात आणि संवादातून आपली भूमिका बदलत रहाते. हे सर्व ते इतक्या वेगाने आणि कलात्मकतेने करतात की लोक त्यांच्याशी कधी जोडले जातात आणि त्यांच्याबरोबर वहात जातात हे लक्षातही येत नाही. संवादाची ही कला नरेंद्र मोदींना इतिहातील त्या खास माणसांच्या रांगेत उभे करतात, ज्यांनी जगाला मानवता, संवेदनशीलता, सहिष्णूता, शांतता आणि संयमाचा धडा शिकवला.

८. ज्याला दु:खाची जाणीव आहे

आक्रमक शैलीत दिसणाऱ्या आपल्या देशाचे पंतप्रधान नरेंद्र मोदींमध्ये असे हृदय आहे, जे देशातील प्रत्येक वंचित, गरीब आणि पीडित लोकांसाठी धडधडते. एक असे हृदय, ज्यात देशाच्या शत्रूंना तोंड देण्याची हिंमत आणि देशवासियांसाठी, खास करून मुलांसाठी काहीही करण्याची संवेदनशीलता देखील.

अशा प्रकरणामध्ये पंतप्रधान कार्यालयाकडे दाद मागणाऱ्यांकडे मोदींने दुर्लक्ष केले नाही. असे नाही की सर्व मदत केवळ पीएमओद्वारेच मिळते. पंतप्रधान कार्यालयाचे सर्व दरवाजे अशा लोकांसाठी उघडे आहेत. रेल्वे मंत्रालयाचे ट्विटर असो की परराष्ट्र मंत्रालय, सर्व मंत्रालयामध्ये जनतेच्या समस्या ऐकल्या जात आहेत आणि त्या पूर्ण केल्या जात आहेत. हे मोदींचे सरकार आहे. येथिल काम करण्याची शैली वेगळी आहे. इथे भावना आहे, उत्कटता आहे तशी संवेदनशीलता देखील आहे. दळणवळणाचे फायदे आणि त्यांचा चांगला वापर कसा करता येईल, ही गोष्टही मोदी सरकार लोकांपर्यंत पोहचवत आहेत. एखाद्या मुलीच्या लग्नात मदत करणे असो किंवा शालेय विद्यार्थ्यांचा अभ्यास सुरू ठेवण्यासाठी धडपडणाऱ्या किंवा आजाराने ग्रस्त असलेल्या लोकांना मदत करणे असो, पंतप्रधान कार्यालय इतर कोणत्याही तातडीच्या कामाप्रमाणेच तत्परतेने आणि संवेदनशीलतेने असे प्रत्येक काम करते. विशेष म्हणजे अशा बहुतांश घटनांमध्ये पीएमओ एकतर कुठल्या ना कुठल्या स्त्रोतातून किंवा सामान्य पोस्ट किंवा ई-मेलच्या माध्यमातून बातमी मिळाली, प्रत्येकवेळी पंतप्रधनांनी आपली जबाबदारी पूर्ण तत्परतेने पार पाडली. मोदींच्या या संवेदनशील मनावर एक नजर टाकूया.

घटना आसामची आहे. फुफ्फुसाच्या आजाराने त्रस्त असलेल्या आठ दिवसांच्या मुलीचा जीव वाचवण्यासाठी पंतप्रधानाच्या पुढाकाराने एअरलिफ्ट करून दिल्लीतील गंगाराम रूग्णालयात दाखल करण्यात आले. पीडितेचे वडील ध्रुवज्योति कलित यांनी दिलेल्या माहितीनुसार, जन्मानंतर मुलीच्या फुफुफसात मल गेला होता, त्यामुळे तिला श्वसनाचा त्रास होत होता. आठ दिवसाच्या मुलीचा जीव वाचविण्यसाठी दिब्रगडच्या

डॉक्टरांनी तिला एअर ॲम्ब्युलन्सने दिल्लीला पाठविण्याचा निर्णय घेतला. या प्रकरणाची माहिती पंतप्रधान कार्यालयापर्यंत पोहचली. नरेंद्र मोदी यांनी या प्रकरणात तात्काळ स्वारस्य दाखवून मुलीला रग्णालयात नेण्यासाई ट्रॅफिक फ्री पास तयार केल्याची खात्री केली. मुलीवर मुलीवर वेळीच उपचार झाले आणि आज ती जिवंत आहे.

कर्करोगाने त्रस्त असलेल्या बुलंदशहराच्या रिद्धीला पंतप्रधानांनी तीन लाखांची मदत केली. रिद्धीने दिल्लीतील धर्मशाळा रूग्णालयात पाच वेळा केमोथेरेपी घेतली आणि नंतर बोन मॅरो ट्रान्सप्लांट केले. दोन महिन्यांनंतर रिद्धीचा कॅन्सर पुन्हा बळावल्याचे तपासात निष्पन्न झाले. आपल्या नातेवाईक आणि मित्रांकडून कर्ज घेऊन रिद्धीच्या उपचारासाठी पंतप्रधान मोदी यांनी तीन लाखाची मदत केली.

अशाचरितीने वाराणशीच्या एका महिलेला आपल्या मुलीच्या आजारावर उपचार घेता येत नसल्याची बाब समोर आली, तेव्हा देशाचे पंतप्रधान तिला आधार म्हणून पुढे आले. महिलेने मोदींना आपल्या मुलीवर उपचार करण्याची विनंती केली. या महिलेच्या मुलीला दोन्ही किडनीचा त्रास होता. पंतप्रधानांनी पीडितेच्या रविंद्रपुरी, वाराणसी येथील कार्यालयात भेट घेतली. आपल्या लोकसभा मतदारसंघातील लोकांच्या समस्या ऐकण्यासाठीच या कार्यालयाची निर्मिती करण्यात आली आहे. कल्याणी मिश्रा यांनी डोळयात अश्रू आणत पंतप्रधानांना आपल्या मुलीवर उपचार करण्याची विनंती केली. त्यांनी तातडीने पंतप्रधान कार्यालयाच्या (पीएमओ) अधिकाऱ्यांशी बोलून त्यांना मदत करण्यास प्राधान्य देण्याच्या सूचना दिल्या. यासाठी कल्याणी मिश्रा यांनी हात जोडले असावेत. पण त्यांचा पंतप्रधान इतका नम्र आणि मदतनीस असू शकतो हे त्यांना फारसे माहीत नव्हते..

बिहारच्या मुझफ्फरपुर जिल्ह्यातील मारौल ब्लॉकमधील सांभा गावातील दिव्यांशु या विद्यार्थ्याला शिक्षण घ्यायचे होते, पण अडचण त्याच्या प्रवेशाची होती. ज्या शाळेत त्याला शिक्षण घ्यायचे होते तेथे त्याला प्रवेश मिळू शकला नाही. दिव्यांशुने त्याची व्यथा पंतप्रधानांना सांगितली. त्याला सी.बी. एस. ई. मध्ये प्रवेश देण्यात यावा, अशा तातडीच्या सूचना पंतप्रधांनी केंद्रीय मनुष्यबळ विकास मंत्रालयाला केल्या. सी.बी.एस.ई बोर्डाने दिव्यांशुच्या इच्छेप्रमाणे मुझफ्फरपुर च्या डी. ए. व्ही. पब्लिकस्कूलमध्ये प्रवेशासाठी प्राचार्याला पत्र लिहिले. आज दिव्यांशु त्याचे स्वप्नं पूर्ण करण्याच्या कामात गुंतला आहे.

देशातील प्रत्येक नागरीक, प्रत्येक विद्यार्थी, प्रत्येक महिला, प्रत्येक मजूर, प्रत्येक गरीबाचे स्वप्नं पूर्ण व्हावे, प्रत्येकजण सुखी व्हावा आणि देश एकजुटीने विकासाच्या

मार्गावर पुढे जावा-हेच स्वप्नं पंतप्रधान नरेंद्र मोदी पहात आहेत. असे स्वप्न पूर्ण करण्यासाठी प्रत्येकाला कोणत्या ना कोणत्या तरी मदतीची गरज आहे, म्हणूनच नरेंद्र मोदी प्रत्येकासोबत जोडले जात आहेत, त्यांच्या दुःखात सहभागी होत आहेत, आणि तसे करणे याला ते त्यांचं कर्तव्य समजत आहेत.

दिल्लीला लागूनच असलेल्या गाजियाबाद जिल्ह्यातील डोरिस फ्रान्सिस यांना पंतप्रधान कार्यालयाकडून तीन लाख रूपायाची मदत देण्यात आली. डोरिस ही सामाजिक कायाकर्ती असून ती राष्टीय महामार्गावर २४ तास बराच काळ वाहतूक हाताळत होती. ती कँसरशी झुंज देत असून तिच्यावर रूग्णालयात उपचार सुरू आहेत. याची माहिती मिळाल्यावर पंतप्रधानांनी तिला आर्थिक मदत केली.

देशाच्या आत आणि बाहेर अशा अनेक घटना आहेत, जेव्हा पंतप्रधान लोकांच्या मदतीसाठी पुढे आले, काश्मीर खोऱ्यातील पूर असो किंवा केरळमधील पूर असो किंवा नेपाळमधील पाणलोट असो, पंतप्रधान सर्वप्रथम कृतीत उतरले.
त्यांची संवेदनशीलता माणसकीची आहे ज्याला कोणत्याही मर्यादेचे बंधन नाही. अमेरिकेतील फेसबुक मुख्यालयात लोकांशी बोलताना, आईचा उल्लेख केल्यावर भावनीक होणाऱ्या आणि गोव्याच्या रॅलीत खोऱ्यात शहीद झालेल्या जवानांची आठवण आल्यावर ज्याचा गळा दाटून येतो, अशा पंतप्रधानांची हीच संवेदनशीलता आहे. नरेंद्र मोदी यांच्या व्यक्तिमत्त्वाचा हा एक पैलू आहे. ज्याच्या समोर राजकारणाची प्रत्येक ओळ लहान हात जाते. पश्चिम बंगालमधील नादिया जिलह्यातील पलासी भागातील रहिवासी असलेल्या विवेक बिस्वासला कोलकात्याच्या एसएसकेएममध्ये दाखल करण्यात आले होते. रूग्णालयात उपचार सुरू होते, परंतु विवेकाच्या कुटूंबीयांनी खाजगी रूग्णालयात उपचार घेण्याचा निर्णय घेतला, परंतु अधिक खर्च पाहून विवेकचे कुटूंबिय घाबरले आणि त्यांनी माकपचे खासदार ऋतुब्रत बॅनर्जी यांना मदतीची विनंती केली. राज्यसभा खासदार मोदींने विवेकच्या उपचारासाठी २.९० लाख रूपायाची मदत केली.

कर्नाटकाची बी बी सारा जी तिचे एमबीए करीत आहे, परंतु तिची आर्थिक स्थिती ठीक नव्हती. साराने खैक्षिणिक कर्जासाठी बँकेत अर्ज केला, पण बँक टाळाटाळ करीत होती, आणि साराला वर्षे वाया घालवायचे नव्हते. शेवटी साराने तिचे वडील अब्दुल इलियास यांच्या मदतीने पंतप्रधानांना पत्र लिहून आपली समस्या कळवली. पंतप्रधान कार्यालयाकडून पत्राचे उत्तर तात्काळ आले, त्यात म्हटले होते की तिला १० दिवासाच्या आत कर्ज मिळेल आणि तसेच झाले.

पंतप्रधान नरेंद्र मोदी १२ वर्षाच्या पार्थचे सारथी बनले. गुजरातच्या भावनगर येथिल रहिवासी असलेला पार्थ जो डीजेनरेटिव्ह ब्रेन नावाच्या आजाराने ग्रस्त आहे, त्याचे वडील त्याच्या इलाजावर त्यांच्याकडील जमा पुंजी खर्च करून बसले होते. परंतु इलाज काही पूर्ण झालेला नव्हता. सगळीकडच्या आशा संपल्यानंतर पार्थच्या वडीलासमोर एकच आशेचा किरण दिसत होता, तो म्हणजे पंतप्रधान कार्यालय. त्यांना पत्रव्यावहार केल्यावर आरोग्य मंत्र्यानी तात्काळ पार्थच्या इलाजासाठी पाहिजे ती व्यवस्था करून दिली. पार्थवर एम्समध्ये योग्य उपचार चालू आहेत. पार्थला ज्या मेंदूच्या आजाराने ग्रासले आहे, त्यात मुलाचा विकास मंदावतो, त्याचप्रमाणे त्याची समजही कमी होऊ लागते. या आजारात मुलाला धक्का बसल्यासारखे वाटते आणि तो चकित होतो. ज्याला वैद्यकीय भाषेत मायोक्लोनिक झटका असे म्हणतात.

बिहारच्या सिवानमध्ये रहाणाऱ्या १४ वर्षीय रोहित कुमारसाठी मोदीजी तारणहार म्हणून पुढे आले आहेत. वृत्तपत्रात प्रसिद्ध झालेल्या एका बातमीची दखल घेत पंतप्रधान कार्यालयाने रोहितवर एम्समध्ये उपचार करणाऱ्या डॉक्टरांशी चर्चा केली, त्यांनतर लगेचच १३ फेब्रुवारी २०१८ रोजी रोहितच्या उपचारासाठी आणि पोर्टेबल व्हेंटिलेटर खरेदीसाठी पंतप्रधान कार्यालयाकडून दोन लाखाची मदत देण्यात आली.

हृदयविकाराच्या गंभीर आजाराने ग्रस्त १६ वर्षीय अल्पवयीन मुलाने पंतप्रधानाकडे आर्थिक मदतीची मागणी केली. मदत मागितल्यानंतर तो चंदीगडमध्ये चोरीच्या गुन्ह्यात पकडल्या गेला. असे असतानाही पंतप्रधान नरेंद्र मोदी यांनी अल्पवयीन मुलीच्या इलाजासाठी ५० हजार रूपायांची आर्थिक मदत केली.

केवळ १२ वर्षे वय असलेल्य आग्रा या ठिकाणच्या तैयबाच्या हृदयाचा वॉल्व खराब झाला. इलाज महागडा होता. उपचार कसा होईल ? तैयबाच्या परिवाराकडे काही मार्ग नव्हता. तशात तैयबाला मोदीं यांची आठवण आली. तैयबाने पंतप्रधान मोदींना लिहिली. पुरावा समोर होता. दिल्लीतील तेग बहादुर रूग्णालयात तैयबावर उपचार करण्यात आले. पंतप्रधान नरेंद्र मोदी यांना लिहिलेल्या पत्रात त्यांनी म्हटले आहे की, त्यांना जन्मापासूनच हृदयविकराचा त्रास आहे आणि त्यांच्या कष्टकरी वडिलाकडे त्यांच्यावर उपचार करण्यासाठी १५ ते २० लाख रूपये नाहीत. तैयबाला पीएमओ कार्यालयाकडून उत्तर मिळाल्यावर त्याच्या आनंदाला पारावर उरला नाही. त्या पत्रात म्हटले होते की कितीही खर्च आला तरी तैयबावर उपचार करण्यात यावेत.

या पत्राचा पाठपुरावा करीत दिल्ली सरकारने देखील सूचना तेग बहादुर हॉस्पीटलला सूचना दिल्या आणि उपचार सुरू झाला.

पाटण्यात बी. एम. दास रोड या ठिकाणी रहाणारे सुमित रंजन सिन्हा यांना कॅंसरवर उपचार करण्यासाठी पंतप्रधान सहायता निधीमधून दोन लाख रूपये देण्यात आले. राज्यसभेचे खासदार आर. के. सिन्हा यांच्या सांगण्यावरून पी. एम. नरेंद्र मोदी यांनी मदतीची रक्कम मंजूर केली. पीएमने सुमितला एक अभिनंदन संदेश पाठवला, ज्यात त्यांनी बरे व्हावे असा संदेश होता.

पुण्यातील वैशाली यादव या सात वर्षाच्या मुलीनेही मोदी सरकारच्या तत्परतेचा अनुभव घेतला. पहिल्या वर्गात शिकणाऱ्या वैशालीच्या हृदयात छिद्र असल्याने ती वारंवार आजारी असायची. डॉक्टरांनी ऑपरेशन करावेच लागेल असे सांगितले. मुलीचे काका मजूर आहेत. या धाडसी मुलीने पंतप्रधान नरेंद्र मोदींना पत्र लिहून तिची समस्या कळवली. पत्र मिळताच पी.एम. ओ. कार्यालयाकडून कलेक्टरला वैशालीला मदत करण्याचे सांगण्यात आले आणि त्यांनतर वैशालीची ओपन हार्ट सर्जरी देखील पुण्यात करण्यात आली. आता ती तिच्या घरी आरामात आहे. वैशालीच्या परिवारासाठी हेच 'अच्छे दिन' आहेत.

असे पहिल्यांदा घडत नाही. पंतप्रधान नरेंद मोदी यांनी यापुर्वीही मानवतेची अनेक उदाहरणं समोर ठेवली आहेत. पी. एम. मोदी यांची हिमाचलच्या कांगडाच्या नूरपूरचा रहिवासी अवतारसिंग यांना दिलेली मदत उपकारक ठरली. अवतार सिंह हे दीर्घकाळापासून कर्करोगाने त्रस्त आहेत. आर्थिक परिस्थिती हलाखीची असल्याने उपचारही घेणे शक्य होत नव्हते. इलाजासाठी पैशाची सोय होत नव्हती. अवतार सिंह आणि त्यांच्या कुटुंबीयांनी भाजपचे जिल्हा सरचिटणीस रणवीर निक्का यांची भेट घेऊन समस्या मांडल्या, त्यानंतर अवतार यांना मदत करण्यासाठी भाजप-मंडळाने खासदार शांताकुमार यांच्यामार्फत पंतप्रधानांना पत्र पाठवले. पीएमने अवतारची गरज ओळखून उपचारासाठी आवश्यक असलेली रक्कम तातडीने देण्याची सूचना केली. अवतार यांच्या उपचारासाठी पंतप्रधान कार्यालयाकडून ३ लाख रूपये देण्यात आले. या मदतीसाठी त्यांनी पी.एम. बद्दल कृतज्ञता व्यक्त केली.

उत्तर प्रदेशातील बनारस येथे राहणाऱ्या एका वडिलांनी आपल्या दोन मुलांच्या उपचारासाठी पंतप्रधानांकडे दाद मागितली. विष्णू सोनी नावाच्या या व्यक्तीच्या मोठ्या मुलाला थॅलेसिमिया हा आजार असून पाच वर्षांचा दुसरा मुलगा बहिरेपणाचा

बळी आहे. विष्णूही आर्थिक परिस्थिती इतकी चांगली नाही की तो आपल्या मुलांवर उपचार करू शकेल. त्यांनी पी. एमकडे मुलांच्या उपचारासाठी आर्थिक मदत मागितली. विष्णूला तीन लाख रूपयांची मदत देण्यात आली.

न्यायाधीश आणि मुख्यमंत्र्यांच्या संयुक्त परिषदेत मोदींनी एका पडू लागलेल्या पत्रकाराच्या हाताला धरून त्याला सावरले. वास्तविक मोदी परिषदेला संबोधित करून परत असताना एका छायाचित्रकाराचा ताबा सुटला आणि तो खाली पडला. मोदींनी त्याला आधार देऊन उचलले. पंतप्रधान झाल्यापासून नरेंद्र मोदी हे विरोधकांच्या निशाण्यावर असले तरी वेळोवेळी आपला मानवी चेहरा दाखवून त्यांच्यावरील आरोपांची धार त्यांनी बोथट केली आहे. असेच दृश्य एकदा संसदेतही पाहायला मिळाले होते, जेव्हा मोदींनी स्वतः विरोधी पक्षाच्या खासदाराला पाण्याचा ग्लास दिला होता. आपचे खासदार भगवंत सिंह मान संसदेत मोदींविरोधात घोषणा देत होते. अचानक त्यांना अस्वस्थ वाटू लागले. त्यांनी आजूबाजूला पाणी शोधले, इतक्यात पी. एम. मोदींनी खुद्द त्यांच्या टेबलावर असलेला पाण्याचा ग्लास त्यांच्यासमोर धरला. मान यांनी पाणी पिले आणि नंतर हसत मोदींचे आभार मानले.

पैसे देऊनच एखाद्याला मदत केल्या जाते असे नाही. कोणाच्या सांगण्यावरून एखाद्याचा त्याला पाहिजे त्या शाळेत प्रवेश मिळाला. विमानातून एखाद्याची हॉस्पीटलला जाण्याची सोय करणे. एखाद्या पडणाऱ्याला वाचवणे. असे तोच करू शकतो, ज्याने दुःख जगले आहे आणि जवळून पाहिले आहे.

९. मेक इन इंडियामुळे प्रगती करणारा भारत

सप्टेंबर २०१४ मध्ये जेव्हा पंतप्रधानांनी दिल्लीच्या विज्ञान भवनात 'मेक इन इंडिया'च्या रूपाने मोठी घोषणा केली, तेव्हा हे सरकार लवकरच देशाच्या विकास आणि समृद्धीच्या दिशेने अनेक टप्पे प्रस्थापित करेल, अशी लोकांना अपेक्षा नव्हती. या दरम्यान मोदी सरकारने प्रत्येक क्षेत्रात 'मेक इन इंडिया' धोरणाचा प्रचार केला आहे. सरकारने अशी अनेक पावले उचलली आहेत, त्यामुळे सरकारी यंत्रणेवर विश्वास निर्माण झाला आहे. सरकारने प्रत्येक क्षेत्रात उद्योगांसाठी पोषक वातावरण निर्माण केले आहे. पंतप्रधानांच्या या धोरणाचा परिणाम आता दिसू लागला आहे. जगभरातील सर्व मोठ्या कंपन्या भारताकडे वळत आहेत, उदाहरणार्थ-ग्राहक इलेक्ट्रॉनिक्स आणि घरगुती उपकरणे बनवणाऱ्या आघाडीच्या कंपनीने ग्रेटर नोएडा येथे उत्पादन युनिट स्थापन करण्यासाठी एकूण रू. ३,०६९ कोटी गुंतवण्याचा निर्णय घेतला आहे. हायर अप्लायल्सेस इंडिया कंपनीने उभारलेल्या प्लांटमुळे ३,९५० लोकांना थेट रोजगाराच्या संधी मिळातील अशी अपेक्षा आहे. यासाठी ग्रेटर नोएडामध्ये १२३.७ एकर जमीन देण्यात आली आहे.

त्याचप्रमाणे चिनी मोबाईल निर्माता कंपनी फॉर्मे आणि आघाडीची ऑडिओ निर्माता कंपनी फेंडा ऑडिओ इंडियाची सहायक कंपनी सत्कृती इन्फोटेनमेंट यांनाही जमीन देण्यात आली आहे. फॉर्मेला साडेतीन एकर जमीन देण्यात आली आहे. ही कंपनी १०० कोटी रूपयांच्या गुंतवणूकीसह १६०० लोकांना रोजगार देणार आहे. सत्कृती इन्फोटेनमेंटला ९.८ एकर जागा देण्यात आली आहे. ग्राहक उपकरणांच्या निर्मितीसाठी कंपनी २३५ कोटी रूपयांची गुंतवणूक करणार आहे. या युनिटमधून २,००० प्रत्यक्ष आणि ५,००० अप्रत्यक्ष रोजगाराच्या संधी निर्माण होण्याची अपेक्षा आहे. तिन्ही कंपन्या येथे एकूण ३,४०४ कोटी रूपयांची गुंतवणूक करतील.

सर्वात मोठा स्मार्टफोन कारखाना

९ जुलै २०१८ रोजी पंतप्रधान नरेंद्र मोदी आणि दक्षिण कोरियाचे राष्ट्रध्यक्ष मून जे इन यांच्या हस्ते नोएडा येथे उद्‌घाटन करण्यात आलेला समसंग कारखाना हा जगातील सर्वात मोठा स्मार्टफोन कारखाना आहे. येथे दरवर्षी १२० दशलक्ष मोबाईल फोनचे उत्पादन केले जाईल. सॅमसंगचा नोएडाच्या सेक्टर-८१ मध्ये सुमारे पाच हजार कोटी रूपयांचा नवा प्लांट ३५ एकरमध्ये पसरलेला आहे. सॅमसंग सध्या भारतात सुमारे ६७ दशलक्ष स्मार्टफोन तयार करतो, जे आता जवळजवळ दुप्पट होईल. सॅमसंगच्या या नवीन मोबाईल निर्मिती कारखान्यामुळे सुमारे ३५ हजार लोकांना प्रत्यक्ष आणि अप्रत्यक्ष रोजगार उपलब्ध होणार आहे.

१० कोटी नवीन रोजगार

पंतप्रधान नरेंद्र मोदी यांनी देशाची अर्थव्यवस्था मजबूत करण्यासाठी आणि तरूणांना रोजगार देण्यासाठी 'मेक इन इंडिया' योजना सुरू केली होती. 'मेक इन इंडिया' च्या माध्यूमातून २०२० पर्यंत १० कोटी नवीन रोजगाराच्या संधी निर्माण होण्याची अपेक्षा आहे. या अंतर्गत भारतात सुरू होणाऱ्या उद्योगांसाठी मोठ्या प्रमाणात प्रशिक्षित तरूणांची गरज भासणार आहे. तरूणांना तांत्रिकदृष्ट्या निपुण बनवण्यासाठी, कौशल्य विकास मंत्रालयाकडून अनेक कार्यक्रम राबवले जात आहेत, ज्या अंतर्गत तरूणांना प्रशिक्षण दिले जात आहे.

डिफेन्स प्रोटेक्शन हब

मोदी सरकार भारताला डिफेन्स प्रोडक्शन हब बनण्याच्या तयारीत आहे. सध्या देशाला आपल्या संरक्षण गरजा पूर्ण करण्यासाठी बहुतांश लष्करी उपकरणे इतर देशांकडून आयात करावी लागतात, मात्र आता आगामी १० वर्षांत भारताचा जगातील पाच प्रमुख लष्करी उपकरणे उत्पादक देशांमध्ये समावेश करण्याचा सरकारचा प्रयत्न आहे. 'नवभारत टाईम्स' च्या बातमीनुसार, या क्रमाने भारत सरकार लवकरच 'संरक्षण उत्पादन उद्योग' मजबूत करण्यासाठी महत्त्वाचे धोरण जाहीर करू शकते.

लढाऊ विमाने आणि मिसाइलवर फोकस

संरक्षण उत्पादन धोरण (DDP) २०१८ हे लढाऊ विमानांचे स्वदेशी उत्पादन, लष्करासाठी हल्ला करणारे हेलिकॉप्टर आणि शस्त्रे त्यासाठी आवश्यक तंत्रज्ञान विकसित करण्यासाठी योग्य संसाधनांची गुंतवणूक यावर लक्ष केंद्रित करेल.

स्वावलंबनाचे उद्दिष्ट साध्य करण्यासाठी, सरकारने भारतात उत्पादनासाठी १२ लष्करी प्लॅटफॉर्म आणि शस्त्र प्रणाली ठरवल्या आहेत, ज्यात लढाऊ विमाने, मध्यम लिफ्ट आणि युटिलिटी हेलिकॉप्टर, युद्धनौका, लँड कॉम्बॅट वाहने, क्षेपणास्त्र प्रणाली, तोफा प्रणाली, छोटी शस्त्रे, स्फोटके यांचा समावेश आहे. पाळत ठेवणारी यंत्रणा, इलेक्ट्रॉनिक युद्धप्रणाली आणि रात्रीची लढाई उपकरणे इ. असे अनेक संरक्षण प्रकल्प आहेत, ज्यात पी. एम. मोदींच्या पुढाकारावर 'मेक इन इंडिया'चा प्रचार केला जात आहे. अलिकडेच लष्कराच्या गरजा लक्षात घेऊन केंद्र सरकारने १५ हजार कोटींच्या शस्त्रास्त्र निर्मिती प्रकल्पाला मंजुरी दिली आहे. या प्रकल्पांतर्गत देशातीलच महत्त्वाची तंत्रज्ञानाची शस्त्रे आणि रणगाडे आयात करणे म्हणजे परदेशावरील अवलंबित्व संपवणे. या प्रकल्पामुळे ३० दिवस चालणाऱ्या सततच्या युद्धातही शस्त्रसाठा कमी पडणार नाही. लष्कराच्या या प्रकल्पात ११ खासगी कंपन्यांचा समावेश करण्यात येणार आहे. त्यावर संरक्षण मंत्रालय आणि लष्कराचे उच्च अधिकारी देखरेख करतील. हा प्रकल्प १० वर्षात पूर्ण करण्याचे उद्दिष्ट ठेवण्यात आले आहे. या प्रकल्पात रॉकेट आणि ग्रेनेड लॉंचर, हवाई संरक्षण यंत्रणा, तोफखाना आणि युद्ध वाहने बनवली जाणार आहेत.

स्वदेशी बुलेट प्रुफ जॅकेट

केंद्र सरकारने लष्कराच्या गरजा लक्षात घेऊन १.८६ लाख स्वदेशी बुलेट प्रुफ जॅकेट खरेदी करण्याचा करार केला आहे. आवश्यक क्षेत्रीय चाचण्या यशस्वीपणे पार पाडल्यानंतर लष्करासाठी कार्यक्षम बुलेट प्रुफ जॅकेटची आवश्यकता पूर्ण झाली आहे. 'भारत में बनाओ, भारत में बना खरीदो' या तत्त्वावर ते आधारीत आहे. स्वदेशी बुलेट प्रुफ जॅकेट्स अत्याधुनिक आहेत, ज्यामध्ये संरक्षण आणि कव्हरेज क्षेत्राचा अतिरिक्त स्तर आहे. श्रम-दक्षतेच्या दृष्टीने डिझाइन केलेल्या बुलेट प्रुफ जॅकेटमध्ये मॉड्यूलर हे असे घटक आहेत जे लांब पल्ल्याच्या गस्तीपासून उच्च जोखमीच्या ठिकाणी कार्यरत असलेल्या सैनिकांना संरक्षण आणि लवचिकता प्रदान करतात. नवीन जॅकेटमुळे सैनिकांना युद्धात पूर्ण संरक्षण मिळेल.

स्वदेशी बुलेट जॅकेटमुळे सरकारचे दरवर्षी किमान २० हजार कोटी रूपये वाचतील. भारतीय शास्त्रज्ञाने हे बुलेट प्रुफ जॅकेट बनवले आहे. ७० वर्षांच्या इतिहासात पहिल्यांदाच लष्कर स्वदेशी बलेट प्रुफ जॅकेट घालणार आहे, हे परदेशी जॅकेटपेक्षा खूपच हलके आणि अधिक उपयोगाचे आहे. विदेशी जॅकेटचे वजन १५ ते १८

किलोग्रामच्या दरम्यान असते, तर या देशी बुलेट प्रुफ जॅकेटचे वजन फक्त १.५ किलो आहे. कार्बन फायबर असलेल्या या जॅकेटमध्ये २० थर आहेत. हे ५७ डिग्री सेल्सियसपर्यंत तापमानात देखील परिधान केले जाऊ शकते.

क्लाश्निकोव राइफल

जगातील सर्वात घातक शस्त्रांपैकी एक असलेली क्लाश्निकोव राइफल एके-१०३ आता 'मेक इन इंडिया' अंतर्गत भारतात बनवली जाणार आहे. असॉल्ट रायफल्स एके-४७ ही जगातील सर्वात यशस्वी रायफल आहे. भारत आणि रशियन शस्त्रास्त्र निर्माता क्लाश्निकोव संयुक्तपणे एके-१०३ रायफल विकसित करणार आहेत, ही एके-४७ ची सुधारीत आवृत्ती आहे. लष्कराच्या गरजा लक्षात घेऊन ती भारतात बनवली जाईल. तिला भारतातूनही निर्यात केल्या जाऊ शकेल.

लॉकहीड मार्टिनचे स्वारस्य

अमेरिका सुरक्षा कंपनी लॉकहीड मार्टिनने भारतात चौथ्या पिढीचे मल्टी-रोल एअरक्राफ्ट एफ-१६ व्ही भारतात बनवण्याची इच्छा व्यक्त केली आहे. कंपनीचा दावा आहे की एफ-१६व्ही हे बाजारात तिच्या श्रेणीतले सर्वात प्रगत आणि आधुनिक उत्पादन आहे. भारताला ही विमाने आपल्या हवाई दलात वापरता येतील तसेच त्यांची निर्यातही करता येऊ शकेल. कंपनीचे उपाध्यक्ष जो ला मार्का म्हणाले की, जर भारताने आमची निवड केली, तर काही दशकांत एफ-१६व्ही ची निर्मिती सुरू होईल अशी आमची अपेक्षा आहे. लॉकहीड मार्टिनने भारतात कारखाना सुरू केला, तर भविष्यात बाहेरून येणारी कोणतीही ऑर्डर कंपनी भारतातूनच पूर्ण करेल, असेही ते म्हणाले.

करंज पानबुडी

मेक इंडिया अंतर्गत अलिकडेच स्कॉर्पीन श्रेणीची तिसरी पानबुडी आई. एन. एस. करंज नोसेनेच्या ताफ्यात सहभागी करून घेण्यात आली. करंज एक स्वदेशी पानबुडी आहे, जी पंतप्रधान नरेंद्र मोदींच्या मेक इन इंडियातंर्गत तयार करण्यात आली आहे. किमान दिड महिन्याच्या आत स्कॉर्पीन श्रेणीची कलवरी आणि खांदेरी पानबुडीनंतर करंज तिसरी पानबुडी आहे, जी नोसेनेत सहभागी करून घेण्यात आली आहे. करंज पानबुडी अनेक आधुनिक फिचर्सयुक्त आहे आणि शत्रुंची नजर चुकवून नेमका निशाणा धरू शकते. हिलाही पानबुडीप्रमाणेच डिजाइन केले आहे,

जिला युद्धाप्रसंगी वापरता येईल. ही पानबुडी प्रत्येक प्रकारच्या वारफेअर आणि इंटेलिजेंसला एकत्र करण्यासारख्या कामाला देखील निष्णातपणे पार पाडू शकते. करंज पानबुडी ६७.५ मीटर लांबी, १२.३ मीटर ऊंची आणि १.५६५ टन वजनी आहे.

आई. एन. एस. 'कलवरी'

मोदींने भारतात बनलेली स्कार्पीन श्रेणीची पहिली पानबुडी आई.एन. एस. कलवरी'ला गेल्या १४ डिसेंबर,२०१७ रोजी लॉन्च केले होते. वेस्टर्न नेवी कमांडमध्ये आयोजित एका कार्यक्रामत पी.एम. मोदींच्या हजेरीत या पानबुडीला नोसेनात सहभागी केले होते. या पानबुडीने केवळ नोसेनेच्या शक्तीला वेगळया पद्धतीने परिभाषित केले, तर मेक इन इंडिया कार्यक्रमासाठी देखील हिला एक मैलाचा दगड मानल्या गेले. कलवरी पानबुडीला फ्रान्सच्या एका कंपनीने डिजाइन केले होते, तसेच मेक इन इंडियानुसार हिला मुंबईच्या माझगाव डॉक यार्डात तयार करण्यात आले. आई. एन. एस. कलवरीच्या नंतर तात्काळ स्कॉर्पिन श्रेणीची दुसरी पानबुडी आई. एन. एस. खांदेरीला लॉन्च करण्यात आले. कलवरी आणि खंदेरी पानबुडी देखील आधुनिक फिचर्सयुक्त आहेत. या शत्रुंची नजर चुकवून अचूक मारा करण्यास सक्षम आहेत. सोबतच ही टॉरपीडो आणि अँटी शिप मिसाईलने हल्ला देखील करू शकते.

आई. एन. एस. कलवरी देशात बनलेली पहिली अणुबुडी आहे, जी भारतय नोसेनेत सहभागी करण्यात आली होती. पी-७५ प्रोजेक्टनुसार मुंबईच्या माझगाव डॉक लिमिटेडमध्ये बनलेली कलवरी क्लासची पहिली पानबुडी आलेली एन. एस. कलवरी आहे. कलवरी श्रेणीतली ६ वी पानबुडी मुंबईच्या माझगाव डॉकमध्ये एकाचवेळी निर्माण होत आहेत आणि मेक इन इंडिया' अंतर्गत या प्रकल्पाला पूर्ण केल्या जात आहे.

गतिमान होत असलेले अभियान

पंतप्रधान नरेंद्र मोदीच्या पुढाकाराने झालेला मेक इन इंडिया अभियानाला गती आली आहे. हळूहळू पंतप्रधानांची ही महत्त्वाकांक्षी योजनेचा परिणाम समोर येऊ लागला आहे. मोदीने दुसऱ्या क्षेत्रासोबतच संरक्षण हत्यारं निर्माण करण्याच्या क्षेत्राला देखील प्रोत्साहन देणे सुरू केले होते. पंतप्रधानांनी मिसाईल, गोळाबारूद, टॅंक इत्यादी निर्माण करण्यासाठी परेदशी कंपन्याऐवेजी स्वदेशी कंपन्याना प्राधान्य

देण्याच्या सूचना देण्यात आल्या होत्या. आज मेक इन इंडिया च्या माध्यमातून रक्षा मंत्रालयाने एक लाख करोड रूपायापेक्षा अधिक रक्कमेची बचत केली आहे. हा पैसा गेल्या दोन वर्षात सहा एअर डिफेंस रिसर्च डेव्हलपमेंट ऑर्गनाईजेशन(डी. आर. डी. ओ.) ला देण्यामुळे वाचला आहे. केवळ हाच प्रकल्प नाही तर रक्षा मंत्रालयाच्या ज्या काही अशा योजना आहेत, त्यांना स्वदेशी कंपन्यांना देण्यात आले आहे आणि आगामी काळात यामुळे करोडो रूपयाची बचत होईल. विषय केवळ रूपायाच्या बचतीचा नाही, मोदींच्या पुढाकाराने भारत रक्षा क्षेत्रात ग्लोबल म्यॅन्युफॅक्चरिंग बनत चालला आहे.

स्वदेशी-हत्यारं निर्माणात यश

मोदींच्या व्हिजनमुळे स्वदेशी हत्यारं निर्माण कंपन्याची आर्थिक स्थिती बरीच सुधारली आहे. आधी ज्या प्रकल्पासाठी हत्यार निर्माण कंपन्यांना पैसा देण्यात येत होता, त्या आज स्वदेशी कंपन्याकडे जात आहे. सर्वात मोठी ही गोष्ट आहे की मोदींना आधी मनोहर पर्रीकर, अरूण जेटली आणि आता निर्मला सीतारमण, ज्यांना देखील रक्षा मंत्रालयाची जबाबदारी सोपवण्यात आली आहे. ते देखील स्वदेशी प्रकल्प उभारण्याच्या बाजूचे आहेत. सरकारने परदेशी कंपन्याऐवेजी ज्या प्रकल्पासाठी डी. आर. डी. ओ. वर विश्वास केला, त्यात आर्मी आणि नेवीसाठी जमीनीवरून आकाशात मारा करू शकणारी आणि छोट्या रेंजची मिसाईल (एसआर. एसएएमएस) आर्मीसाठी जमीनीवरून आकाशात मारा करणारी आणि तात्काळ ॲक्शन घेणारी (क्यूआरएसएएम) आर्मीसाठी अँटी टँक गाईडेड मिसाईल (एटीजीएम), हेलिकॉप्टरवरून लॉन्च करण्यात येणारी अँटी टँक मिसाईल इत्यादींचा समावेश आहे. याशिवाय देखील अनेक अशा रक्षा योजना आहेत, ज्यांना मोदींच्या पुढाकाराने प्रोत्साहन दिल्या जात आहे आणि त्यासाठी धोरणात बदल करण्यात आला आहे.

धोरणात्मक बदल आणि गुंतवणूक

रक्षा-मंत्रालय आज जे स्वदेशीला प्रात्साहन देऊन करोडो रूपायांची बचत करीत आहे, त्यासाठी पंतप्रधान नरेंद्र मोदीद्वारा राबवण्यात येणाऱ्या धोरणांचे योगदान आहे. रक्षा-उत्पादनांच्या स्वदेशीच्या निर्माणासाठी मोदी सरकारने १०० टक्के प्रत्यक्ष परदेशी गुंतवणूकीला मंजूरी दिली आहे. यात ४९ टक्केपर्यंतची एफ. डी. आई. ला थेट मंजूरीचे प्रावधान आहे.

मेक इन इंडिया च्या दोन युद्धनौका

आतापर्यंत केवळ सरकारी शिप यार्डातच युद्धनौकांच्या स्वदेशीकरणाचे काम सुरू होते, मात्र देशात प्रथमच नौदलासाठी खासगी क्षेत्रातील शिप यार्डमध्ये बांधण्यात आलेल्या दोन युद्धनौका सुरू करण्यात आलेल्या आहेत. रिलायंन्स डिफेंस अँड इंजिनिअरिंग लिमिटेडने २५ जुलै, २०१७ ला गुजरातच्या पीपावामध्ये नेव्हीसाठी दोन ऑफशॉर पेट्राल वेसेल (ओ. पी. वी.) लाँच केले, ज्यांचे नाव 'शचि' आणि 'श्रुती' आहे.

'भारतात बनवा, भारतात बनवलेलं विकत घ्या' धोरणानुसार रक्षा मंत्रालयाने ८२ हजार करोडच्या डीलला मंजूरी देण्यात आली. या अंतर्गत लाईट कॉमबॅट एअरक्राफ्ट (एलसीए), टी-९० टँक, मिनी-अनलिमिटेड एरिअल व्हेइकल्स (युएव्ही) आणि लाईट कॉम्बट हेलिकॉपटर्सची खरेदी देखील सहभागी आहेत. या क्षेत्रात एमएसएमई ला प्रोत्साहीत करण्यासाठी अनेक सुविधा देण्यात आली.

टेक्नॉलॉजी अँड टॅलेंटमध्ये भारत पुढे

गेल्या काही वर्षात भारताने साइंस आणि टेक्नॉलजिच्या क्षेत्रात मोठे काम झाले आहे. याद्वारा एकाचवेळी १०४ सॅटेलाईट लाँच केल्यांनतर भारताचा दबदबा वाढला आहे. भारताने पूर्ण जगात आपल्या इंजिनिअर आणि साइंटिस्टची मोठी मागणी निर्माण केली आहे. जगात आता भारताच्या टॉप-पातळीच्या टेक्नॉलिजी आणि साइंटिफिक ब्रेनला त्यांच्याकडे ओढण्याची स्पर्धा आहे.

१०. मजबूत अर्थव्यस्थेच्या दिशेने आगेकूच करणारा भारत

मोदींच्या नेतृत्त्वाखाली भारताची अर्थव्यवस्था सतत मजबूतच्या दिशेने चालली आहे. चालू आर्थिक दर ७.७ टक्केपेक्षा अधिक रहाण्याची आशा आहे. एसबीआईच्या रिपोर्टमध्ये हा अंदाज लावण्यात आला आहे. रिपोर्टमध्ये सांगण्यात आले आहे की प्रमुख संकेतांचे, उदहरणार्थ, सिमेंट त्याचे कंपोजिट लीडिंग इंडिकेटर (सी. एल. आई) वर आधारीत आहे. यात आठरा प्रमुख मोठ्या आर्थिक संकेतांना सहभागी केले आहे.

आई. एम. एफ. कडून कौतूक

अंतरराष्ट्रीय नाणे निधी (आई. एम. एफ.)ने वर्तमान भारतीय अर्थव्यवस्थेचे कौतूक करताना म्हटले की भारत पुढील तीन दशकापर्यंत ग्लोबल इकॉनॉमीचे इंजिन बनेल. आई. एम. एफ. ने भारतीय अर्थव्यवस्थेचे मूल्याकनात म्हटले आहे की देश योग्य दिशने पुढे जात आहे आणि विकास होण्याची अधिक शक्यता आहे. आई. एम. एफ. ने म्हटले की अलिकडेच सरकारद्धारा लागू केलेल्या महत्त्वाच्या धोरणाची भूमिका राहिलेली आहे.

आई. एम. एफ. मध्ये भारताच्या मिशन चीफ रानिल साल्गाडोने म्हटले की जगातली सर्वात वाढणारी अर्थव्यवस्थेपैकी एक भारतीय अर्थव्यवस्थेने लाखो लोकांना गरीबी-रेषेच्या वर काढण्यासाठी मदत केली आहे. त्यांनी म्हटले आहे की पुढील काही दशकापर्यंत जागतिक अर्थव्यवस्थेची गती भारतीय अर्थव्यवस्थेच्या गतीवरून ठरेल. आगामी काळात भारताची भूमिका तशीच असेल, जी जागतिक अर्थव्यवस्थेची आहे.

रानिल साल्गाडोच्या शब्दात, भारत (पी.पी. पी. च्या आधारावर) जागतिक अर्थव्यवस्थेत १५ टक्केचे योगदान देत आहेत, जे अधिक आहे. असे असले तरी ते असे मानतात की ट्रेडिंगच्या अर्थाने भारत अद्याप चीनपेक्षा मागे आहे, परंतु भारतात दीर्घकाळापासून जागतिक अर्थव्यवस्थेचा कणा कायम राहिल. सोबतच आई. एम. एफ.ने आर्थिक-वर्ष २०१८-१९साठी ७.३ टक्के, तर २०१९-२० या आर्थिक वर्षासाठी ७.५ जीडीपीचा अंदाज आहे.

आई. एम. एफ. ने म्हटले होते की भारत आता जगातली सहावी सर्वात मोठी अर्थव्यवस्था बनला आहे. या बाबतीत भारताने फ्रान्सला मागे टाकले आहे. भारतीय अर्थव्यवस्था २.६ ट्रिलियन डॉलर (१७ करोडच्या जवळपास रक्कम) ची झाली आहे, जी फ्रान्सच्या इकॉनॉमिपेक्षा अधिक आहे.

स्टेनलीचा विश्वास

रेटिंग एजेन्सी मॉर्गन स्टेनलीने म्हटले आहे की या चालू वर्षात एकूण घरेलू उत्पादन (जीडीपी) च्या ७.५ टक्केच्या दराने वाढ होण्याचा अंदाज आहे. स्टेनलीच्या रिपोर्टमध्ये सांगण्यात आले आहे की वाढीत सुधारणा होण्याची शक्यता आहे. त्याच्या रिपोटनुसार चालू वर्षात जीडीपी गेल्या वर्षीच्या ६.७ टक्क्याच्या दराच्या तुलनेत ७.५ टक्केच्या दराने वाढली आहे. यापुर्वी मॉर्गन स्टेनली असेही म्हणाले आहेत की भारत आगामी दहा वर्षात जगातील सर्वात झपाट्याने वाढणारी अर्थव्यवस्था बनेल. डिजिटलीकरणाने जीडीपीची वाढ ०.५ वरून ०७५ टक्के वर जाईल आणि अंदाज आहे की २०२६-२७ पर्यंत भारताची अर्थव्यवस्था ६०००० अरब डॉलरची होईल. मॉर्गन स्टेनलीच्या अंदाजानुसार, आगामी काळात भारताची वार्षीक जीडीपी दर ७.१ वरून ११.२ च्या दरम्यान राहिल.

रिझर्व्ह बँकेची आशा

कंपन्याची चांगली आर्थिक आणि गावांत चांगली मागणी पहाता रिझर्व्ह बँकेने वर्तमान आर्थिक वर्षे २०१८-१९ साठी जीडीपी वाढ दर ७.४ टक्के असण्याची शक्यता कायम आहे. आरबीआईने म्हटले आहे की विभिन्न संकेतावरून समजते की आर्थिक उलाढाल चालू आहे. मान्सूनची आजपर्यंतची प्रगती आणि खरीपाच्या पीकांना किमान हमी भावात सामान्यापेक्षा अधिक वाढीने शेतकऱ्यांचे उत्पादन वाढल्याचा सकारात्मक परिणाम ग्रामीण भागाच्या मागणीवर पडण्याची आशा आहे. नाणे निधीच्या पहाणीत रिझर्व्ह बँकेने म्हटले आहे की यापेक्षा शेतकऱ्यांचे उत्पन्न आणि गावात वस्तुंची मागणी वाढेल.

नीति आयोगाचा विश्वास

नीति आयोगाचे म्हणणे आहे की चालू आर्थिक वर्षात भारताची अर्थव्यवस्थेचा वाढ दर ७.५ टक्केपेक्षा अधिक असू शकतो. आयोगाचे मत आहे की देशाची अर्थव्यवस्था चालू वर्षात कमीत कमी ७.५ टक्क्य्या दराने वाढेल आणि ते ७.८ टक्केची

पातळी गाठू शकते. आयोगाने म्हटले आहे की हे आई. एम. एफ. आणि वर्ल्ड बँकेने लावलेल्या अंदाजापेक्षा अधिक असणार आहे. कारण की आर्थिक २०१८ चा शवेटचा तिमाही ग्रोथ दर ७.७ टक्केच्या पातळीवर राहिलेला आहे, म्हणून आगामी तिमाहीत हा यापेक्षा खाली येऊ शकतो.

केंद्रीय अर्थमंत्री अरूण जेटलीने अलिकडेच म्हटले आहे की गेल्या आर्थिक वर्षाच्या तुलनेत चवथ्या तिमाहीत प्राप्त ७.७ टक्केचा वृद्धी दरापेक्षा पुन्हा एकदा हे स्थापित झालेले आहे की भारत जगातील सर्वात वेगानी वाढणारी प्रमुख अर्थव्यवस्था आहे. त्यांनी म्हटले आहे की आता ही गती अनेक वर्षे कायम राहिल.

४१३ अरब डॉलरचे विदेशी मुद्रा भांडार

पंतप्रधान नरेंद्र मोदीच्या नेतृत्त्वाखाली देशाची अर्थव्यवस्था सतत मजबूत होत आहे. देशाची विदेशी मुद्रा भांडार गेल्या ०८ जूनला शेवटच्या आठवड्यात ८७.९५ करोड डॉलर वाढून ४१३ अरब डॉलर झाला आहे.

भारतीय रिझर्व्ह बँकद्वारा जाहीर केलेल्या आकडेवारीनुसार ०८ जूनला शेवटच्या आठवड्यात विदेशी मुद्रा भांडाराचा सर्वात माठा घटक विदेशी मुद्रा-परिसंपत्ती ८७.५४ करोड डॉलरपेक्षा अधिक होऊन ३८८.३९ अरब डॉलरवर पोहचली आहे. या दरम्यान स्वर्ण भांडार २१.१९ अरब डॉलरवर स्थिर राहिले. विदेशी मुद्रा भांडारने ०८ सप्टेबर २०१७ला पहिल्यांदा ४०० डॉलरचा आकडा ओलाडंला होता.

फिचने त्याच्या आकडेवारीत सुधारणा केली

मोदीच्या नतृत्त्वाखाली देशाची अर्थव्यवस्था सतत सुधारत आहे आणि मजबूत होत आहे. क्रडिट रेटिंग एजन्सी फिचने वर्तमान आर्थिक वर्षे २०१८-१९ साठी भारताची आर्थिक वृद्धी दराच्या अनुमानाला ७.३ टक्केने वाढवून ७.४ टक्के केला आहे. सोबतच फिचने आपल्या जागतिक आर्थिक अहवालात म्हटले आहे की आम्ही २०१८-१९साठी भारताचा आर्थिक वृद्धी दर मार्चच्या ७.३ टक्केच्या पुर्वीच्या अंदाजावरून संशोशित करून ७.४ करण्यात आला आहे. भारतीय अर्थव्यवस्था २०१७-१८ मध्ये ६.७ टक्के आणि जानेवारी मार्च तिमाहीत ७.७ टक्केच्या दराने वाढली आहे.

फिचने यापुर्वी म्हटले होते की भारत विकासाच्या संदर्भात पुढील पाच वर्षात चीनला मागे टाकील. सोबतच भारत वेगाने विकास करणारा देश बनेल. रिपोर्टनुसार भारत फिच रेट ग्लोबल इकॉनामिक आऊटलकुमध्ये सहभागी १० सर्वात मोठ्या

उगवत्या बाजाराच्या यादीत वरच्या जागी आहे. फिचने सांगितले की पुढील ५ वर्षात चीनचा जीडीपी जिथे ५.५ टक्के ओल, तिथे भारताचा जीडीपी दर ६.७ असेल. त्यांनी सांगितले की पूर्ण जगात यावेळी सर्वांत तरूण लोकसंख्या असलेला देश असल्याने पुढील पाच वर्षात जगातील सर्वांत वेगाने वाढणारी अर्थव्यवस्था बनेल.

सी. आई आई. चा सर्व्हे

भारतीय उद्योग जगात दिग्गज सीईओकडून करून घेण्यात आलेल्या सी. आई आई सर्व्हेच्या नुसार वर्तमान आर्थिक वर्षात इकॉनामिक ग्रोथ ७ टक्केपेक्षा अधिक असू शकतो. सर्व्हेक्षणात सहभागी त्या सीईओचे म्हणणे आहे की यामुळे घरेलू बाजारात गुंतवणूकीला विशेष प्रोत्साहन मिळू शकते. सी. आई आईचे अध्यक्ष राकेश भारती मित्तलने म्हटले आहे की उद्योग जगात पुढील दोन वर्षात जीडीपी ग्रोथ ८ टक्के असण्याची शक्यता आहे. त्यांचे मत आहे की सरकारी खजिन्यातून होणाऱ्या खर्चाच्या मोर्चावर समजदारी दाखवणे, माइक्रो इकॉनॉमिक मॅनेजमेंट आणि स्ट्राँग रिफॉर्म्समुळे ग्रोथचा ठोस पाया बनला आहे. पुण्यात सी. आई आईच्या अलिकडेच झालेल्या बैठीकत ८०पेक्षा अधिक सीनिअर कॉर्पोरेट लीडर्सच्या उपस्थितीत हा सर्व्हे झाला. सर्व्हेमध्ये सहभागी ८२ टक्के कॉर्पोरट दिग्गजांचे म्हणणे आहे की २०१८-१९ जीडीपी ग्रोथ ७.५ टक्केवरून अधिक असण्याची शक्यता आहे.

केंद्रातील नरेंद्र मोदी सरकारला चार वर्षे पूर्ण झाल्यावर सी. आई आई ने म्हटले की मागच्या चार वर्षात सरकारने क्रमबद्ध पद्धतीने कारभारात सरळता, बँकेच्या गैर-निष्पादीत परिसंपत्ती (एन.पी.ए.), प्रत्यक्ष गुंतवणूक (एफ. डी. आई), नियम, रचनात्मक निर्माण आणि अयशस्वी उद्योगाचे विस्तारण सारख्या अर्थव्यवस्थेतल्या अडचणी दूर करण्यात आल्या आहेत.

रेटिंग एजेन्सी केअर आणि इक्रा

उद्योग तसेच कृषी क्षेत्राच्या भल्यासाठी देशाच्या एकूण घरगुती उत्पादन (जीडीपी)चा वृद्धी दर चालू आर्थिक वर्षात वाढून ७.५ टक्के होऊ शकतो. रेटिंग एजन्सी केअर रेटिंगच्या मुख्य अर्थशास्त्री मदन सबनवीसच्या शब्दात, आपण २०१८-१९ मध्ये जीडीपीत ७.५ टक्के वृद्धी दर मागील आर्थिक वर्षात ६.६ टक्के इतका होता.

अशा पद्धतीने रेटिंग एजन्सी इक्राने म्हटले आहे की २०१७-१८ च्या जानेवारी मार्च तिमाहीत जीडीपी वृद्धी ७.४ टकके असण्याची शक्यता आहे, जी

तिसऱ्या तिमाहीच्या ७.२ टक्केपेक्षा अधिक आहे. इक्राला आशा आहे की उद्योग आणि कृषी, वानिज्य, मत्स्य आणि सेवा क्षेत्राच्या उलाढालीत वाढ झाल्याने मागच्या तिमाहीच्या तुलनेत चवथ्या तिमाहीत सुधारणा होईल.

पुढील दशक भारताचे

हार्वर्ड विद्यापीठाने म्हटले आहे की भारत पुढील १० वर्षात जगातील वेगाने वाढणाऱ्या अर्थव्यवस्थेच्या मध्यवर्ती असेल. हार्वर्ड विद्यापीठाच्या अंतरराष्ट्रीय विकास केंद्राच्या रिपोर्टमध्ये सांगण्यात आले आहे की या दरम्यान भारताचा आर्थिक वृद्धी दर वार्षीक ७.९ टक्के रहाण्याचा अंदाज आहे. या अर्थाने भारताचा वृद्धी दर चीन आणि अमेरिकेपेक्षा अधिक असेल. हार्वर्डच्या रिपोर्टने २०२६मध्ये चीनचा वृद्धी दर ४.९ टक्के आणि अमेरिकेचा वृद्धी दर ३ टक्के असण्याची शक्यता वर्तवण्यात येत आहे. रिपोर्टमध्ये सांगण्यात आले आहे की भारतात मागच्या काही वर्षात जी सुधारणा झाली आहे, त्यामुळे अर्थव्यवस्थेत वेगाने वाढ होण्याची शक्यता निर्माण झाली आहे.

भारताच्या अर्थव्यवस्थेचा वेग आणि त्याची मजबूती हार्वर्ड विद्यापीठाच्या एका अभ्यासात असे स्पष्ट झाले आहे की भारत चीनला मागे टाकून जागतिक विकासाच्या आर्थिक स्तंभाच्या स्वरापात समोर येईल आणि आगामी दशकात त्याचा हा विकास चालू राहिल. सेंटर फॉर इंटरनॅशनल डैव्हलपमेंट (सीआईडी) ने २०२५ पर्यंत वेगाने सर्वांत वेगाने विकास होणाऱ्या अर्थव्यवस्थेंच्या यादीत भारताला सर्वांत वर दाखविण्यात आले आहे. सीआईडीच्या अंदाजानुसार भारत २०२५ पर्यंत सर्वांत वेगाने वाढणाऱ्या अर्थव्यस्थेच्या यादीत सर्वात वर असेल. सीआईडीचा रिपोर्ट असे सांगतो की जागतिक आर्थिक विकासाची धुरा आता भारत आहे. चीनच्या तुलनेत जगाचा विश्वास भारताबद्दल वाढला आहे, जो आगामी दशकापासून अधिक काळापर्यंत कायम राहू शकतो.

डॉयचे अंदाज

देशाच्या अर्थव्यवस्थेसाठी सगळीकडून चांगल्या बातम्या येत आहेत. वर्तमान आर्थिक वर्षे २०१८-१९ मध्ये देशाचा आर्थिक विकास दर ७.५ टक्के असण्याची शक्यता आहे. जागतिक आर्थिक सेवा प्रदाता कंपनी डॉयच्या बँकने तिच्या रिपोर्टमध्ये म्हटले आहे की आर्थिक वर्षे २०१८-१९साठी आमचा आर्थिक वृद्धी दर अंदाजे ७.५ टक्के आहे, जो की गेल्या आर्थिक वर्षे २०१७-१८ च्या ६.६ टक्के वृद्धीच्या तुलनेत जीडीपीच्या शक्यतेत अधिक वाढ करील.

गुंतवणूकीसोबत उपभोग देखील वाढला

जपानची आर्थिक सेवा क्षेत्राची कंपनी नामुराच्या रिपोर्टमध्ये सांगण्यात आले आहे की गुंतवणूक आणि उपभोगात सुधारणा झाल्याने वर्षाच्या पहिल्या सहा महिन्यात जीडीपीचा प्रमाणिक वृद्धी दर ७.८ टक्के असेल. नोमुराच्या रिपोटनुसार गुंतवणूक आणि उपयोगाच्या मागणीतल्या वाढीने मुख्य स्वरूपात वृद्धी दराला वेग येईल. नामुराने याच्या पुर्वी देखील भारताच्या वृद्धीच्या संदार्भात पॉजिटिव्ह रिपोर्ट दिला होता.

ब्रिक्स देशात अग्रणी

व्यावसायीक सेवा प्रदाता कंपनी के. पी. एम. जी. ने म्हटले आहे की ब्रिक्स देशात भारत सर्वाधिक आर्थिक विकास असणारा देश आहे. ब्रिक्सच्या देशात ब्राजील, रशिया, भारत, चीन आणि दक्षिण अफ्रिका आहेत. के. पी. एम. जी. इंडियाचे चेअरमन आणि सीईओ अरूण एम. कुमारने म्हटले आहे की भारत आज टिकावू विकासाच्या दिशेन निघाला आहे.

विदेशी मुद्रा भांडाराची समृद्धी

आशियी विकासा बॅंक (एडीबी)ने अलिकडेच असे देखील म्हटले आहे की भारताजवळ विदेशी मुद्रा भांडार मोठ्या प्रमाणात आहे. एडीबीचे मुख अर्थतज्ज्ञ यासुयुकी सवादाने म्हटले आहे की परदेशी मुद्रा भांडार मजबूत असल्याने भारताने रूपायातील चढ उतार झाल्याने काळजी करण्याचे कारण नाही. सवादाच्या मते, विदेशी मुद्रा भांडार काळासोबत वाढत चालली आहे, यात उतार होण्याची काही संकेत नाहीत. म्हणून मला वाटते की विनिमय दरात चढ उतारामुळे आपण काळजी करण्याचे कारण नाही. मोदी सरकार आल्यानंतर १३ एप्रिल, २०१८ला शेवटच्या आठवड्यात विदेशी मुद्रा भांडार आतापर्यंतच्या सर्वाधिक वरच्या पातळी ४२६.०८२ अरब डॉलरवर पोहचला होता.

विदेशी मुद्रा भांडाराने ८ सप्टेंबर, २०१७ रोजी पहिल्यांदा ४०० अरब डॉलरचा आकडा ओलाडंला होता, तर यूपीए शासन काळात २०१४मध्ये विदेशी मुद्रा भांडार अरबच्या आसपास होता.

२०१८मध्ये चीनच्या पुढे भारत

सॅक्टम वेल्थ मॅनेजमेंटने म्हटले आहे की अर्थव्यवस्थेच्या संदर्भात भारताने २०१८ मध्ये चीनला देखील मागे टाकले आहे. सॅक्टम वेल्थ मॅनेजमेंटच्या रिपोर्टमध्ये

असे म्हटले आहे की २०१८मध्ये भारताच्या अर्थव्यवस्थेला गती आली आहे आणि ती चीनच्या तुलनेत पुढे गेली आहे. सोबतच रिपोर्टमध्ये हे देखील सांगण्यात आले आहे की २०१८मध्येही इक्विटी मार्केटच्या संदर्भात भारत जगातला ५ वा सर्वांत मोठा बाजार बनला आहे.

सॅक्टम वेल्थ मॅनेजमेंटच्या रिपोटमध्ये असे देखील सांगण्यात आले आहे की अशावेळी, ज्यावेळी विकसित देशांचा जीडीपी २ वरून ३ टक्के दराने वाढलेला आहे, भारताची अर्थव्यवस्था ७.५च्या दराने विकसित होत आहेत, तर चीनची अर्थव्यवस्थेत उतार चालू आहे.

टॉप ५ अर्थव्यवस्थेत असेल भारत

सेंटर फॉर इकॉनामिक्स अँड बिझनेस रिसर्च (सी. आई. आर.) च्या रिपोर्टनुसार भारत २०१८ मध्ये ब्रिटेन आणि फ्रान्सला मागे टाकून पाचवी सर्वांत माठी अर्थव्यवस्था बनण्याची तयारी करीत आहे. सी. ई. बी. बी आर. च्या डिप्टी चेअरमन डोगलस मॅकविलियमने म्हटले आहे की वर्तमानात अस्थायी अपयश येत असताना भारताची अर्थव्यवस्था फ्रान्स आणि ब्रिटेनच्या अर्थव्यवस्थेची बरोबरी करीत आहे. भारताची अर्थव्यवस्था अशीच वाढत गेली, तर ही पुढील वर्षी २०१८मध्ये फ्रान्स आणि ब्रिटेनच्या अर्थव्यस्थेला मागे टाकील आणि जगातील सर्वात मोठी पाचवी अर्थव्यवस्था बनेल.

गोल्डमनचा गोल्डन अंदाज

प्रसिद्ध गुंतवणूक संस्था गोल्डमन सॅक्सच्या मते, आर्थिक वर्षे २०१८-१९मध्ये भारत ८ टक्केदराने विकास करील. या मागे महत्त्वाचे हे कारण असेल, बँकांचे पुन्हा भांडवलीकरण. गोल्डमनचे म्हणणे आहे की बँकांच्या भांडवलीकरणाने दुशाचे क्रेडिट डिमांड आणि खाजगी गुतवणूकीला मजबूती मिळेल. गोल्डमनच्या मते, आम्ही भारताच्या जीडीपी विकास दराला आर्थिक वर्षे २०१८-१९साठी ८ टक्के गृहीत धरीत आहोत.

२०१७-१८मध्ये जीडीपी विकास दर ६.४ असला तरी ज्याचं मुख्य कारण नोटाबंदी आणि जीएसटीचा सुरूवातीचा काळ राहिलेला आहे. परंतु बँकाचे खाजगीकरण जीडीपीच्या विकासामध्येच मदतगार म्हणूनच सिद्ध होईल.'

अर्थव्यवस्थेची जागतिक धडक

एक अमेरिकन टॉप थिंक टँक काउंसिलमध्ये भारत, पाकिस्तान आणि साऊथ आशिया प्रकरणाचे वरिष्ठ सदस्या अलीसा एयर्सने म्हटले आहे की भारताची अर्थव्यवस्था तिच्या व्यापक जागतिक महत्त्व आणि देशाचे सैन्य क्षमतेचा विस्तार तसेच आधुनिकरणासाठी उर्जा देत आहे. अलीसाच्या मते, भारताच्या अर्थव्यवस्थेने चांगली जागतिक धडक मारली आहे. तिच्या मदतीनेच भारत आपल्या सैन्य क्षमतेचा विस्तार आणि आधुनिकीकरण करीत आहे. फोर्ब्समध्ये छापलेल्या लेखात अलीसा म्हणतात, गेल्या वर्षात भारत जगभरातील विदेशी आणि अंतरराष्ट्रीय आर्थिक धोरणांच्या संदर्भात एक मोठे कारण म्हणून पुढे आला आहे आणि आता जागतिक मंचावर भारत अधिक प्रधान असल्याचे दिसत आहे. वास्तवात भारत स्वतःला एक प्रमुख शक्ती म्हणून पाहू लागलेला आहे.

लॉजकडून कौतूक

मध्य-पूर्व आणि अंतरराष्ट्रीय अर्थव्यवस्थेचे विश्लेषक फ्रिटस् लॉजने 'सिफर ब्रीफ' ध्ये छापलेल्या आपल्या लेखात देखील भारताचे कौतूक केले आहे आणि मोदींच्या नेतृत्त्वाचे देखील. फ्रिटस् लॉजने लिहिले आहे, 'पी.एम. नरेंद्र मोदी भारताचे आर्थिक, सैन्य तसेच भू-राजकीय शक्तीयुक्त योग्य बनवण्यासाठी आपल्या स्वप्नासहीत पुढे निघाले आहेत.'

विदेशी कंपन्यांचे आवडीचे ठिकाण

चीनचे सरकारी दैनिक 'लोबल टाइम्स' ने म्हटले आहे की भारत विदेशी कंपन्यासाठी फारच आकर्षाणाचे ठिकाण बनले आहे. दैनिकाच्या एका लेखात म्हटले आहे की चीनचे उत्पादन हळूहळू कमी होऊ लागले आहे. त्यात लिहिले आहे की भारत सरकारने देशाच्या बाजार एकीकरणासाठी जीएसटी लागू केली आहे. ती अंतरराष्ट्रीय गुतंवणूकदारांना आकर्षित करणारी आहे. या नव्या टॅक्स व्यवस्थेमुळे 'मेक इन इंडिया' ची सुरूवात करायला चालना मिळण्याची आशा आहे. कारण की यात राज्य आणि केंद्राच्या विभिन्न करांना एकत्र करण्यात आले आहे. लेखात म्हटले आहे की स्वातंत्र्यानंतर सर्वात मोठी आर्थिक सुधारणा जीएसटी मुळे फॉक्सकॉन-सारख्या मोठ्या कंपन्या भारतात गुंतवणूक करण्याच्या वचनासहित पुढे असतील.

मॅन्युफॅक्चरिंग ग्रोथ ५ वर्षात सर्वाधिक

देशात डिसेंबर, २०१७ मध्ये देखील मॅन्युफॅक्चरिंग ॲक्टिव्हिटिमध्ये वेग राहिलेला आहे. नवे ऑर्डर आणि उत्पादन आणि निक्केई पीएमआयमध्ये झपाट्याने

वाढ झाल्यामुळे डिसेंबरमध्ये देशातील उत्पादन क्षेत्राने सुरूवात केली. नोव्हेंबरमधील ५२.६ वरून निर्देशांक ५४.७ वर पोहचला. डिसेंबर मधील उत्पादन वाढ पाच वर्षातील सर्वात जलद गतीने वाढली, तर नवीन ऑर्डरने ऑक्टोबर २०१६ पासून त्यांची सर्वांत वेगवान वाढ नोंदवली. कंपन्यांनी नवीन नोकऱ्याही जोडल्या आणि रोजगार वाढीचा दर ऑगस्ट २०१२ पासून पातळीवर होता.

परकीय कर्जात २.७ टक्के कपात

केंद्र सरकारच्या अहवालानुसार भारताचे विदेशी कर्ज १३.१ अब्ज डॉलर म्हणजेच २.७ टक्क्यांनी घटून ४७१.९ अब्ज डॉलरवर आले आहे. हा डेटा मार्च २०१७ पर्यंतचा आहे. यामागचे मुख्य कारण म्हणजे एनआरआय ठेवी आणि व्यावसायिक पतपुरवठा कमी होणे. अहवालानुसार, सकल देशातंर्गत उत्पादन (जीडीपी) ते बाह्य कर्ज गुणोत्तर मार्च २०१७ च्या अखेरीस २०.२ टक्क्यांवर घसरले आहे, जे मार्च २०१६ च्या अखेरीस २३.५ टक्के होते. यासोबतच दीर्घकालीन परकीय कर्ज डॉलर ३८३.९ अब्ज आहे, जे गेल्या वर्षीच्या तुलनेत ४.४ टक्के कमी आहे.

व्यापार संतुलन उत्तम झाले

भारत सरकारच्या आकडेवारीनुसार, एप्रिल-जुलै २०१३-१४ मध्ये व्यापार तूट यूएस डॉलर ६२.४४८.१६ दशलक्ष एवढी होती, तर एप्रिल जानेवारी २०१६-१७ या कालावधीत ती यूएस डॉलर ३८,०७३.०८ दशलक्ष इतकी होती, एप्रिल जानेवारीच्या तुलनेत, २०१५ ते आर्थिकवर्ष १६ मधील यूएस डॉलर ५४.१८७.७४ दशलक्ष व्यापार तुटीपेक्षा २९.७ टक्के कमी आहे. म्हणजेच व्यापार संतुलनाच्या दुष्टीकोणातूनही, मोदी सरकारच्या काळात परिस्थिती उत्तरोत्तर चांगली होत आहे आणि २०१३३-१४ च्या तुलनेत सुमारे ३५ टक्क्यांनी सुधारणा झाली आहे.

व्यावसायातील वातावरण सुधारले

मोदीने सत्ता हाती घेताच विभिन्न क्षेत्रात विकासाचा वेग आणि देशात व्यावसायाचे चांगले वातावरण निर्माण करण्याच्या दिशेने काम सुरू आहे. या प्रयत्नातर्गंत ‘इज ऑफ डुइंग बिझनेस’ धोरण हा देशातील व्यावसायाला गती देण्यासाठी एक मोठा उपक्रम आहे. या अंतर्गत मोठे, किरकोळ, मध्यम आणि सूक्ष्म सुधारणासह एकूण ७००० उपयोजना करण्यात आल्या आहेत. सर्वात महत्त्वाची गोष्ट म्हणजे सहकारी संघराज्य या संकल्पनेला केंद्र आणि राज्याने आकार दिला आहे.

११. मोदीचे अटल जी !

अटलजीबद्दल असे लिहिण्यासाठी पेन उचलावा लागेल असे कधी वाटले नव्हते. देश आणि जग अटलजींना राजकारणी, अस्खलित वक्ते, संवेदनशील कवी, विचारी लेखक, कुशाग्र पत्रकार आणि दुरदर्शी जननेते म्हणून ओळखते. पण माझ्यासाठी त्यांचं स्थान त्याहूनही वरचं होतं. त्यांच्यासोबत वर्षानुवर्षे काम करण्यची संधी मिळाली म्हणून नाही, तर त्यांनी माझ्या आयुष्यावर सोडलेली छाप, माझी विचारसरणी, माझी आदर्श मूल्ये, त्यांनी माझ्यावर टाकलेला विश्वास याने मला आकार दिला, मला प्रत्येक परिस्थितीत खंबीर रहायला शिकवलं.

अटलजी आता आपल्यात नाहीत, मनाला पटत नाही. अटलजी माझ्या डोळ्यासमोर आहेत, ते स्थिर आहेत. जे हात माझ्या पाठीवर प्रेमाने थोपटायचे, आणि हसत खेळत माझ्या खांद्यावर पडायचे ते हात स्थिर आहेत. अटलजींची ही शांतता मला सहन होणारी नाही, अस्वस्थ करणारी आहे. डोळ्यात काहीतरी सलते आहे, बरंच काही सांगावं बोलावं वाटते, परंतु शब्द बाहेर पडत नाहीत. मी मनाला पटवून देतोय की अटलजी राहिले नाहीत, पण हा विचार येताच माझाच त्यावर त्यावर विश्वास बसत नाही. अटलजी खरंच नाहीत का ? नाही. त्यांचा आवाज माझ्या आत ध्वनीत असल्याचे मला जाणवते, मी कसे म्हणू, कसे स्वीकारू, ते आता नाहीत. ते आता पाच घटकात आहेत, आकाश, पृथ्वी, जल, अग्नी, वायू-सर्व व्याप्त, जेव्हा मी त्यांना पहिल्यांदा भेटलो तेव्हा त्यांची आठवण कालच्यासारखी आहे. एवढा मोठा नेता, इतका मोठा विद्वान. काचेच्या पलिकडे कुणीतरी बाहेर आल्यासारखं वाटत होतं. ज्याचं नाव मी इतकं ऐकलं होतं, ज्यांना इतकं वाचलं होतं, ज्याच्याशी न भेटता मी इतकं शिकलो होतो, ते माझ्यासमोर होते, जेव्हा पहिल्यांदा त्यांच्या तोंडून माझं नाव निघाले, तर वाटू लागले माझ्यासाठी हेच पुरेसे आहे. आणखी काय हवे. कितीतरी दिवस माझे नाव घेतलेला त्यांचा आवाज माझ्या कानावर आदळत राहिला. तो आवाज आता नाही यावर मी कसा विश्वास ठेवू.

आपल्या देशात अनेक ऋषी, संत, जन्माला आले आहेत, स्वातंत्र्यानंतर आजपर्यंत असंख्य लोकांनी देशाच्या विकासाच्या प्रवासाठी आपले जीवन समर्पित केले आहे, परंतु अटलजींनी स्वातंत्र्यानंतर लोकशाहीचे रक्षण करण्यासाठी आणि २१ व्या शतकातील मजबूत, सुरक्षित भारतासाठी जे केले ते अभूतपूर्व आहे. त्यांच्यासाठी राष्ट्र प्रथम होते. इतर गोष्टींना काही महत्त्व नव्हतं.

देश प्रथम-भारत प्रथम, हा मंत्र, हे वाक्य त्यांच्या जीवनाचे ब्रीदवाक्य होते. पोखरण देशासाठी आवश्यक होते, त्यामुळे निर्बंध आणि टीकेची चिंता करू नका, कारण देश प्रथम होता. सुपर कॉम्पुटर उपलब्ध झाले नाहीत, क्रायोजेनिक इंजिन उपलब्ध झाले नाही, तर काळजी करू नका, आपण ते स्वतः बनवू. अशक्य वाटणारी कामे आपण आपल्या प्रतिभा आणि वैज्ञानीक कौशल्याच्या बळावर स्वतःहून शक्य करू आणि तसे केलेही. जगाला चकित केले. त्यांच्यात एक शक्ती कार्यरत होती-देश प्रथम असण्याची शक्ती.

काळाच्या कपाळावर लिहिण्याची आणि पुसून टाकण्याची शक्ती, हिमंत आणि आव्हानांच्या ढगात विजयाचा सूर्य उगवण्याचा चमत्कार त्यांच्या छातीत होता, कारण ती छाती देश प्रथमसाठी धडधडत होती. त्यामुळेच पराभव आणि विजयाचा त्यांच्या मनावर परिणाम झाला नाही. सरकार बनले तरी आणि एका मताने सरकार पाडले तरी, पराभवाला विजयाच्या गगनभेदी विश्वासात रूपातंरीत करण्याची ताकद त्यांच्या आवाजात होती की जिंकणाराच पराभव स्वीकारतो.

अटलजी कधीच जुन्या वाटेने चालले नाहीत. सामाजिक आणि राजकीय जीवनात त्यांनी नवीन मार्ग काढले आणि ठरवले. अंधारातही दिवे लावण्याची त्यांची क्षमता होती. ते जे काही बोलायचे ते पूर्ण बिनधास्तपणे लोकांच्या हृदयापर्यंत जायचे. आपले म्हणणे कसे मांडावे, किती बोलावे आणि काय बोलू नये, यावर त्यांनी प्रभुत्व मिळवले होते. त्यांनी देशाची जी सेवा केली, भारत मातेच्या मानसन्मानाला त्यांनी जगात जी उंची दिली. यासाठी त्यांना अनेक मान सन्मानही मिळाले. देशवासीयांनी त्यांना 'भारतरत्न' देऊन त्यांचा सन्मानही केला. पण ते कोणत्याही विशेषणाच्या पलिकडे होते, कोणत्याही सन्मानाच्या पलिकडे होते. जीवन कसे जगायचे, राष्ट्रासाठी कसे उपयोगी पडायचे हे त्यांनी आपल्या जीवनातून इतरांना शिकवले.

ते म्हणायचे, फक्त स्वतःसाठी जगू नका, इतरांसाठी जगू या.. देशासाठी अधिकाधिक त्याग करूया. भारताची स्थिती दयनीय असेल तर जगात आपला सन्मान होऊ शकत नाही. पण सर्वच बाबतीत समृद्ध झलो तर जग आपला आदर

करेल. देशातील गरीब, वंचित आणि शोषित लोकांचे जीवनमान उंचावण्यासाठी त्यांनी आयुष्यभर प्रयत्न केले. गरीबी ही प्रतिष्ठेची बाब नसून ती मजबूरी आहे, मजबूरीचे नाव समाधान असू शकत नाही, असे ते म्हणायचे. करोडो देशवासीयांना या मजबुरीतून बाहेर काढण्यासाठी त्यांनी सर्वतोपरी प्रयत्न केले. गरीबांना हक्क मिळवून देण्यासाठी देशात आधार सारखी व्यवस्था, कार्यपद्धतीचे जास्तीचे जास्त सुलभीकरण, प्रत्येक गावापर्यंत रस्ता, सुवर्ण चुतर्भुज, देशात जागतिक दर्जाच्या पायाभूत सुविधा, राष्ट्र उभारणीच्या त्यांच्या संकल्पाशी जोडलेले होते. आज भारत ज्या तंत्रज्ञानावर उभा आहे, त्यांची पायाभरणी अटलजींनी केली होती. ते त्यांच्या काळाच्या फार पुढे पाहू शकत होते, एक स्वप्नं पहाणारा, परंतु एक कर्ता देखील. कवी मनाचे, भावनीक मनाचे होते, ते जिथे गेले तिथे त्यांनी कायमचे मित्र बनवले आणि भारताच्या हिताचा कायमचा पाया घातला. ते भारताच्या विजयाचा आणि विकासाचा आवाज होते.

अटलजींचा प्रखर राष्ट्रवाद आणि राष्ट्राप्रति समर्पणाने करोडे देशवासींयाना नेहमीच प्रेरणा दिली आहे. राष्ट्रवाद ही त्यांच्यासाठी केवळ घोषणा नव्हती तर जीवनपद्धती होती. त्यांनी देशाला केवळ भूखंड, जमिनीचा तुकडा न समजता एक जिवंत, संवेदनशील घटक मानले. भारत हा काही जमिनीचा तुकडा नसून ते जिवंत राष्ट्र आहे. ही केवळ भावना नव्हती, तर त्यांचा संकल्प होता, ज्यासाठी त्यांनी आपले प्राण अर्पण केले. आपल्या सार्वजनिक जीवनातील अनेक दशके त्यांनी आपले विचार जगण्यात, ते प्रत्यक्षात आणण्यात घातले.

आणीबाणीने आपल्या लोकशाहीला लागलेला कलंक दूर करण्यासाठी अटलजींने केलेले प्रयत्न देश सदैव लक्षात ठेवील. देशप्रेमाची भावना, लोकसेवेची प्रेरणा त्यांच्या नावाप्रमाणे अढळ राहिली. भारत त्यांच्या मनात राहिला. देशातील जनतेला त्यांनी आपले आयडॉल मानले. भारताच्या प्रत्येक कणा-कणाला, त्यांनी पवित्र आणि पूज्यनीय मानले. अटलजींना जितका आदर आणि उंची मिळाली, तितकेच ते मातीशी जोडल्या गेले.

त्यांनी आपल्या यशाला कधीही मनावर स्वार होऊ दिले नाही. अनेकांना प्रभुकडून प्रसिद्धी आणि भाग्याची इच्छा असते, पण अटलजी म्हणाले होते, माझे प्रभू ! मला अशी उंची कधीही देऊ नकोस की मी अनोळखी व्यक्तीना मिठी मारू शकणार इतका उद्धटपणा कधी देऊ नकोस' आपल्या देशबांधवाशी इतक्या सहजपणे जोडले जाण्याची ही इच्छा त्यांना सामाजिक जीवनात एका वेगळया उंचीवर ठेवते.

त्यांनी दु:ख सहन केले, वेदना शांतपणे स्वतःच्या आत सहन करीत राहिले, पण आयुष्यभर सर्वांना अमृत देत राहिले. जेव्हा त्यांना दु:ख झाले, तेव्हा म्हणू लागले,-देह धरण को दंड है, सब काहू को होय, ज्ञानी भुगते ज्ञान से मूरख भुगते रोय' म्हणजे ज्ञानमार्गातून अत्यंत खोल वेदना देखील सहन केल्या आणि वैरागी भावनेने त्यांचा निरोप घेतला. भारत जर त्यांच्या कणा कणात होता, तर जगाच्या वेदना त्यांच्या हृदयाला छेदत असत. यामुळेच हिरोशिमा सारख्या कवितांचा जन्म झाला. ते विश्व नायक होते. भारत मातेचे सुपुत्र होते, ज्यांनी भारताच्या सीमेपलिकडे भारताचा गौरव आणि करूणेचा संदेश स्थापित केला असे आधुनिक बुद्ध होते.

काही वर्षापुर्वी लोकसभेत त्यांना त्या वर्षाचा सर्वोत्कृष्ट संसदपटूचा पुरस्कार देण्यात आला, तेव्हा ते म्हणाले होते, हा देश अतिशय अदभूत आहे, अद्वितीय आहे, कोणत्याही दगडाला शेंदूर फासून नमस्कार केला जातो. त्यांचे प्रयत्न समर्पित करणे, त्यांची राष्ट्राप्रति असलेली निष्ठा त्यांच्या व्यक्तिमत्त्वाची महानता दर्शवते. हाच १२५ कोटी देशवाशीयांसाठी हा त्यांचा सर्वांत मोठा आणि मजबूत संदेश आहे. देशाच्या साधन-संपत्तीवर पूर्णपणे अवलंबून राहून, आपल्याला आता अटलजीची स्वप्नं पूर्ण करायची आहेत, त्यांच्या स्वप्नातील भारत निर्माण करायचा आहे. नव्या भारताचा हाच संकल्प, हिच भावना घेऊन मी माझ्या वतीने आणि १२५ करोड देशवासीयांच्या वतीने अटलजींना श्रद्धांजली अर्पित करतो, त्यांना वंदन करतो.

(माजी पंतप्रधान अटल बिहारी वाजपेयीच्या निधनानंतर पंतप्रधान नरेंद्र मोदी यांनी लिहिलेल्या ब्लॉगचा संपादीत भाग)

१२. आपले स्वदेशी चंद्रयान-२

भारतीय अंतराळ संशोधन संस्था इस्त्रो ही आपली अंराळ संस्था असून तिचे कार्यालय बंगळुरू येथे आहे. या कार्यालयात, ७ सप्टेबर २०१९ रोजी, शास्त्रज्ञ आणि मुलांसमवेत, नरेंद्र मोदी चंद्राच्या दक्षिण ध्रुवावर उतरलेल्या चांद्रयान-२ चे थेट प्रक्षेपण पहात होते आणि त्यांना प्रोत्साहन देत होते. संपूर्ण देशाने त्याचे थेट प्रक्षेपण पहावे, असे ट्विट देशवासीयांना करण्यातही ते गुंतले होते. रात्रीचे दाने वाजले होते आणि चांद्रयान-२ चंद्रापासून अवघ्या २ किलोमीटर अंतरावर गेले होते की अचानक त्याचा इस्त्रोशी संपर्क तुटला. असे झाल्यास चंद्राच्या दक्षिण ध्रुवावर चांद्रयान उतरवणारा भारत हा पहिला देश ठरला असता. सगळा आनंद अचानक गायब झाला. सर्व शास्त्रज्ञ अवाक आणि गोंधळलेले होते. चांद्रयानचे दोन भाग, लँडर आणि रोव्हर प्रज्ञान, चंद्राच्या पृष्ठभागावर उतरणार होते. जे यशस्वी होऊ शकले नाही, पण तिसरा भाग असलेला ऑर्बिटर चंद्राला प्रदक्षिणा घालत होता. अशा परिस्थितीत पंतप्रधान नरेंद्र मोदी यांनी ज्या प्रकारे इस्त्रोच्या वैज्ञानीकांना प्रोत्साहन दिले ते पहाण्यासारखे होते. विज्ञानात अपयश येत नाही, फक्त प्रयोग आणि प्रयत्न आहेत, ते सुरूच रहातील, असे ते म्हणाले. प्रत्येक प्रयोग ज्ञानाची नवीन बीजे पेरतो. नवीन शक्यतांचा पाया घालतो. एक नवीन पहाट येईल आणि एक चांगला दिवस उजाडेल. निकालाची चिंता न करता आम्ही पुढे जाऊ आणि हा आमचा इतिहास आहे. इस्त्रो हे वैज्ञानिक प्रेरणेचे जिवंत उादहरण आहे. अपयशाचे धुके आणखी कमी करण्यासाठी मोदी म्हणाले की जर एखाद्या कवीने या मिशनवर लिहिले असते तर त्यांनी म्हटले असते- चांद्रयान चंद्राला मिठी मारण्यासाठी धावले.' शास्त्रज्ञांना संबोधित केल्यानंतर पंतप्रधान इस्त्रो कमाडो सेंटरमधून बाहेर पडू लागले तेव्हा अध्यक्ष डॉ. के. सिवन भावनीक झाले. तेव्हा मोदींने त्यांना अलिंगन दिले आणि स्वतः देखील भावनीक झाले. नंतर सिवन असे म्हणाले की हा क्षण मी आयुष्यभर विसरू शकणार नाही, अथक परिश्रम केल्यावर अपयश आले तर मनाला तर लागणारच

पूर्णपणे स्वदेशी बनावटीचे चांद्रयान-२ चंद्रावर उतरण्यात अयशस्वी झाल्याच्या वृत्तादरम्यान ही मोहीम ९९.५ टक्के यशस्वी झाल्याचे इस्त्रोने स्पष्ट केले आहे.

वास्तविक चांद्रयान-२ मोहिमेचे दोन उद्दिष्टे होती. पहिले, विज्ञान आणि दुसरे तंत्रज्ञान प्रदर्शनाशी संबंधित आहे. विज्ञानाचा मोठा भाग ऑर्बिटरशी संबंधित आहे. लँडर आणि रोव्हर हे प्रामुख्याने तंत्रज्ञानाच्या प्रात्याक्षिकासाठी होते. ऑर्बिटर त्याचे काम करीत आहे. आपण संपूर्ण चंद्राचा उच्च रिझोल्यूशन नकाशा त्याच्या कॅमेरॅसह तयार करीत आहोत. आर्बिटरमध्ये काही विशेष पोलोड आहे. एक म्हणजे ड्यूअल बँड एसएआर. यात एल आणि एस बँड आहे. आतापर्यंत चंद्राभोवती प्रदक्षिणा घालणाऱ्या सर्व परिक्रमांची एकच पट्टी आहे. या मोहिमेत एल बँड चंद्राच्या तळापासून १० मी. आत डोकावू शकतो. चंद्रावर ते पाणि आणि बर्फाचा शोध घेईल आणि आपल्याला बरीच माहिती देईल. ते आपल्या विज्ञान विभागाची गरज पूर्ण करील. आपले ऑर्बिटर चंद्राभोवती फिरतील. ड्यूअल बँड एसएआर डेटाच्या आधारे बरेच संशोधन करण्यास सक्षम असेल. पोलरचे उच्च रिझोल्यूशन फोटो आणि इमेजिंग आइआर स्पेक्ट्रोमीटर डेटा देखील उपलब्ध असेल, जो सपूंर्ण जगासाठी उपलब्ध असेल.

नासाने इस्त्रोला ट्विट केले की अंतराळ कठीण आहे. चंद्राच्या दक्षिण ध्रुवावर चांद्रयान-२ उतरवण्याच्या इस्त्रोच्या प्रयत्नांचे आपण कौतूक करतो. तुम्ही आम्हाला प्रेरणा दिली आणि भविष्यात आम्ही सौर यंत्रणेचा शोध घेण्यासाठी एकत्र काम करू.

चंद्रावरच्या अपूर्ण प्रवासातही भारताचा विजय झाल्याचे बीबीसीने म्हटले आहे. भारताने या आधीही ऑर्बिटर प्रक्षेपित केले होते, परंतु यावेळी ऑर्बिटर आधुनिक आहे. विक्रम लँडर आणि प्रज्ञान रोव्हरचा हा प्रयोग होता. प्रत्येक प्रयोग यशस्वी झालाच पाहिजे असे नाही. अमेरिकेच्या न्यूयार्क टाइम्सने म्हटले आहे की चांद्रयान-२ चा विक्रम लँडरशी संपर्क तुटल्यानंतर इस्त्रोचा नियंत्रण कक्ष निःशब्द झाला. सर्वजण इस्त्रोचे अध्यक्ष सिवन यांना प्रोत्साहन देऊ लागले. हे चांद्रयान-२ चे आंशिक अपयश आहे. भारताला पूर्ण यश मिळवण्यासाठी आणखी काही कालावधी लागेल.

हा मोदींचा इस्त्रो आहे. आता आपण कोणत्याही देशावर अवलंबून नाहीत. अलिकडच्या वर्षात इस्त्रोने स्वतःहून मिळवलेल्या यशाचा जग विचार करीत आहे. जीएसएलव्ही हे इस्त्रोद्वारे चालवल्या जाणाऱ्या मालिकेतील प्रक्षेपण वाहन आहे, ज्याने १५ फेब्रवारी २०१७ रोजी पृथ्वीच्या कक्षेत एकूण १०४ उपग्रह ठेवून एक नवीन जागतिक विक्रम केला. आतापर्यंत कोणत्याही देशाने एवढ्या उपग्रहांचे एकाचवेळी प्रक्षेपण केले नव्हते. यापुर्वीचा विक्रम रशियाच्या नावावर होता. रशियन नेपर रॉकेटने ३७ उपग्रह प्रक्षेपित केले. सर्वात मोठी गोष्ट म्हणजे १०४ उपग्रहामध्ये १०१ नॅनो उपग्रहाचा समावेश होता. ज्यामध्ये इस्त्राइल, कझाकिस्तान, नेदरलँड, स्वित्झर्लंड, संयुक्त अरब अमिराती आणि अमेरिकेचे प्रत्येकी ९६ उपग्रह होते. तसेच भारताचे दोन

नॅनो उपग्रह होते. मंगळयानाच्या यशानंतर इस्रोला सतत परेदशी उपग्रह प्रक्षेपित करण्याचे आदेश मिळत आहेत. भारताच्या या कामगिरीबद्दल मोदींनी वैज्ञानीकांचे कौतूक केले.

२०१६ हे वर्षे इस्रोसाठी खूप महत्त्वाचे ठरले आहे. या वर्षी, एकाच वेळी २० उपग्रह प्रक्षेपित करण्याव्यतिरिक्त, इस्रोने आपली एनएव्हीआइसी उपग्रह नेव्हिगेशन प्रणाली स्थापित केली आणि पुन्हा वापरात येण्याजोग्या प्रक्षेपण वाहने आणि स्क्रॅमजेट इंजिनचा यशस्वी वापर केला. या वर्षी इस्रोने एकूण ३४ उपग्रह आपल्या कक्षेत अंतराळात सोडले, ज्यामध्ये ३३ उपग्रह स्वदेशी रॉकेटद्वारे आणि एक उपग्रह फ्रेंच रॉकेटद्वारे स्थापित केला गेला. इस्रो ने २०१६ मध्ये भारताचा सातवा नेव्हिगेशन उपगृह (इंडियन रीजनल नेव्हिगेशन सॅटेलाइट सिस्टम) प्रेक्षेपित केला. यामुळे अमेरिकेच्या जीपीएस प्रणालीसारखीच स्वतःची यंत्रणा निर्माण झाली.

१५ जुलै २०१९ रोजी श्रीहरीकोटा येथील सतीश धवन अंतराळातून चांद्रयान-२ प्रेक्षिपित करण्यात आले तेव्हा संपूर्ण जगाच्या नजरा त्याकडे लागल्या होत्या. कोणत्याही परकीय तंत्रज्ञानाशिवाय भारत हे काम कसं करणार आहे, याची उत्सुकता चंद्रावर उतरलेल्या देशांमध्ये होती.

खरं तर, चांद्रयान-२ चांद्रयान-१ ची नवीन आवृत्ती आहे. त्यात लँडर तसेच लँडर (विक्रम) आणि रोव्हर (प्रज्ञान) यांचा समावेश आहे. चांद्रयान-१मध्ये फक्त एक ऑर्बिटर होता, जो चंद्राच्या कक्षेत फिरत असे. चंद्रयान-२ च्या माध्यमातून भारत प्रथमच चंद्राच्या पृष्ठभागावर लँडर उतरवत आहे. चंद्राच्या कक्षेत पोहचल्यानंतर ऑर्बिटर वर्षेभर काम करेल. पृथ्वी आणि लँडर यांच्यात संवाद साधणे हे त्याचे मुख्य कार्य आहे. तो चंद्राच्या पृष्ठभाचा नकाशा तयार करेल जेणे करून चंद्राचे अस्तित्त्व आणि विकास शोधता येईल. तेच लँडर आणि रोव्हर चंद्रावर एक दिवस (पृथ्वीवरील १४ दिवसांच्या समतूल्य) काम करेल. चंद्रावर भूकंप होती की नाही हे लँडर शेधून काढेल. तर रोव्हर चंद्राच्या पृष्ठभागावर खनिज घटकांची तपासणी करेल.

इस्रोचे शास्त्रज्ञ आइडीएसएन तसेच लँडर आणि रोव्हर यांच्याशी संवाद साधू शकतात. चंद्रावर सॉफ्ट लँडिग लक्षात घेऊन लँडरचर रचना करण्यात आली होती.

चांद्रयान-२ चंद्रावर पाठविण्यापुर्वी इस्रोने चंद्रावर सुरक्षित लँडिगसाठी खूप अभ्यास केला. चंद्राच्या पृष्ठभागाचा अभ्यास करण्यासाठी शास्त्रज्ञांना चंद्राची माती आवश्यक होती. या प्रकारची माती नासाकडे होती. चंद्रासारखी दिसणारी माती देण्यासाठी अमेरिकेने भारताकडे प्रति किलो १००० रूपये मागितले होते. या अभ्यासात ६०/७० टन माती आवश्यक होती. म्हणजे या मातीच्या बदल्यात अमेरिकेला भारताकडून करोडो रूपये कमवायचे होते. पण इस्रोने यातून स्वस्तात मार्ग काढला.

भूगर्भशास्त्रज्ञांना तामिळनाडूमधील सीथमपोंडी आणि कुन्नमलाई या दोन गावांमध्ये ॲरिओथसाईट खडक सापडले आहेत, ज्यातून चंद्राची माती बनवता येते. चंद्राच्या दक्षिण ध्रुवाच्या अभ्यासासाठी शास्त्रज्ञांनी बेंगळुरूच्या प्रयोगशाळेत येथिल मातीची चाचणी केली.

लँडर विक्रम आणि प्रज्ञान रोव्हर यशस्वीपणे उतरवण्यासाठी इस्त्रोने मातीच्या आवश्यकतेनुसार खडकांचा आकार देऊन कृत्रिम चंद्राचा पृष्ठभाग तयार केला. म्हणजेच कृत्रिम चंद्राचा पृष्ठभाग तयार करण्यासाठी या मातीचा वापर करण्यात आला. ही माती तयार करण्यासाठी सुमारे १२ लाखांचा खर्च आला. १२ नोव्हेंबर २००७ रोजी, इस्त्रो आणि रशियन स्पेस एजन्सी (रोसमोसकोस) च्या प्रतिनिधींनी चांद्रयान-२ प्रकल्पावर एकत्र काम करण्यासाठी करारावर स्वाक्षरी केली. ऑर्बिटर आणि रोव्हरची जबाबदारी इस्त्रोची असेल आणि लँडरची जबाबदारी रशियन एजन्सीकडे असेल, असा निर्णय घेण्यात आला. २००९ पर्यंत दोन्ही देशांच्या शास्त्रज्ञांनी चांद्रयान-२ची रचना तयार केली होती. इस्त्रोने त्याचे ऑर्बिटर आणि रोव्हर तयार केले, परंतु रशियन एजन्सी लँडर वेळेवर पोहचूव न शकल्याने २०१३ मध्ये हे अभियान स्थगित करावे लागले. २०१६ मध्ये, इस्त्रोने त्यावर पुन्हा काम सुरू केले आणि चांद्र मोहीम स्वतंत्रपणे विकसित केली.

चांद्रयानचे सर्वात मोठे वैशिष्ट्ये म्हणजे ते पूर्णपणे स्वदेशी आहे. या प्रकल्पाची किंमत केवळ ८०० कोटी रूपये आहे. लँडरचे नाव भारतीय अंतराळ कार्यक्रमाचे जनक डॉ. विक्रम ए. साराभाई यांच्या नावावर ठेवण्यात आले आहे. चांद्रयान-२ मधील एकही पेलोड परदेशी नाही, तर चांद्रयान-१ मध्ये अमेरिकन पोलोड लावले होते. जीएसएलव्ही-॥। वरून चांद्रयान-२ प्रक्षेपित करणारे रॉकेट देखील भारतानेच तयार केले आहे. उड्डाणाच्या वेळी चांद्रयान-२ चे वजन ३,२५० किलो होते. या मोहिमेतून जगाला कळले की इस्त्रोने कोणत्या प्रकारचे तंत्रज्ञान विकसित केले आहे, ज्यामुळे एवढा मोठा पोलाड अवकाशात वाहून नेला जाऊ शकतो. या मोहिमेच्या यशानंतर भारतही अमेरिका आणि फ्रान्ससारखा लष्करीदृष्ट्या महत्त्वाचा अवकाश कमांड असलेला देश बनेल. हे कम्युनिकेशन सेन्सर तंत्रज्ञानाच्या क्षेत्रात इस्त्रोची क्षमता दर्शविल. पेलोडमधून मिळालेल्या डेटावरून तेथे पाणि आणि खनिज आहेत की नाहीत ते कळेल आणि त्यांनतर वैज्ञानीक प्रयोग सुरू होतील. सध्या विक्रम आणि प्रज्ञान एकमेकांशी काय बोलत आहेत, कोणत्या स्थितीत आहेत, हे सांगता येणार नाही, पण हो, आपण एक दिवस यशस्वी होऊ."

१३. पीएम मोदी यांचे लोकसंख्या धोरण

पंतप्रधान म्हणाले की, आपल्या देशात लोकसंख्येचा स्फोट होत आहे, त्यामुळे येणाऱ्या पिढ्यांसाठी संकट निर्माण होत आहे, परंतु हे देखील मान्य केले पाहिजे की देशात एक जागृत वर्ग आहे आणि जो हे चांगल्या प्रकारे समजून घेतो आणि आपल्या कुटुंबाची संख्या मर्यादित ठेवतो. ती ठेवताना एक प्रकारे देशप्रेमाचे दर्शन घडत आहे. लोकसंख्या नियंत्रणासाठी लहान कुटुंबावर पंतप्रधानांनी भर दिला.

लाल किल्ल्यावरून पंतप्रधानांनी केलेल्या या वक्तव्यानंतर मोदी सरकार लोकसंख्या नियंत्रणाबाबत काही कायदा करणार आहे का, या चर्चेला उधान आले आहे.

नुकतेच लोकसंख्या नियंत्रणाबाबत खासगी विधेयक मांडणारे खासदार राकेश सिन्हा म्हणतात की, २०१४ पासून पंतप्रधान नरेंद्र मोदी यांनी लाल किल्यावरून जी काही घोषणा केली, ती प्रत्यक्षात आणली गेली आणि पंतप्रधानांच्या विधानावरून हे स्पष्ट झाले आहे की लोकसंख्या नियंत्रण सरकारचे प्राधान्य आहे आणि त्याची अमलबजावणी करेल. राकेश सिन्हा यांचे म्हणणे आहे की लोकसंख्या नियंत्रणाबाबत लवकरच कायदा करून त्याची काटेकोर अंमलबजाणी व्हायला हवी.

संसदेत विधेयक मांडले गेले-लहान कुटुंबाला देशभक्तीशी जोडण्याच्या पंतप्रधान मोदींच्या विधानानंतर सरकार लवकरच दोन अपत्य धोरण लागू करण्यासाठी कायदा आणण्याची शक्यता बळावली आहे.

केंद्रीय विचारवंत आणि खासदार राकेश सिन्हा यांनी नुकत्याच संपलेल्या संसदेच्या अधिवेशनात लोकसंख्या नियमन विधेयक २०१९' खाजगी सदस्य विधेयक राज्यसभेत सादर केले. विधेयकात दोनपेक्षा अधिक अपत्य असणाऱ्यांना शिक्षा करण्याबरोबरच त्यांना सर्व सरकारी लाभांपासून वंचित ठेवण्याचीही तरतूद आहे. प्रस्तावित विधेयकात दोन मुलांनंतर नसबंदीचा प्रस्ताव असण्यासोबतच सर्व समाज,

जाती आणि प्रदेशांना समान रीतीने लागू करण्याचा प्रस्ताव आहे. पंतप्रधान मोदींनी लहान कुटुंबाला देशभक्तीशी जोडल्याबद्दल राज्यसभा खासदार राकेश सिन्हा म्हणतात की देशभक्तीचा संदर्भ काळाप्रमाणे बदलतो. आजच्या काळात आपण 'हम दो, हमारे दो' या धोरणावर जे चालतो, ती एकप्रकारे देशभक्तीच.

ते म्हणतात की, देशात आज लोकसंख्येमुळे उत्तरेकडील राज्य आणि दक्षिणेकडील राज्यांमध्ये असमतोल आहे, त्यामुळे सामाजिक आणि आर्थिक असंतुलन निर्माण झाले आहे. लोकसंख्या नियंत्रणाबाबत करूणाकरण समितीच्या शिफारशीकडे कॉंग्रेसने दुर्लक्ष केल्याचा आरोपही राकेश सिन्हा यांनी केला आहे.

संघाचाही जुना अजेंडा आहे. आपल्या दुसऱ्या कार्यकाळात संघाचा अजेंडा झपाट्याने पूर्ण करणाऱ्या मोदी सरकारला आता लोकसंख्या नियंत्रण कायद्याला प्रथम प्राधान्य असल्याचे दिसते. सुरूवातीपासूनच छोट्या कुटुंबांच्या बाजूने असलेला संघ लोकसंख्या नियंत्रण कायद्याबाबत खूप बोलका आहे. गेल्या वर्षी संघाच्या अखिल भारतीय कार्यकारी मंडळात लोकसंख्या धोरणाची नव्याने व्याख्या करून ती सर्वांना समानतेने लागू करण्याचा प्रस्ताव यापुर्वीच मंजूर करण्यात आला आहे.

संघचालक मोहन भागवत अनेक वेळा स्पष्टपणे आपले मत व्यक्त केले आहे. वाढती लोकसंख्या हा देशाच्या विकासाच्या आणि सार्वभौमत्त्वाच्या मार्गातील मोठा अडथळा म्हणून संघ मानत आला आहे.

लोकसंख्या नियंत्रणासाठी पंतप्रधान मांदींचा धाडसी पुढाकार, लोकसंख्या वाढ हे देशापुढील प्रमुख आव्हान, सर्व सांस्कृतिक सामाजिक राजकीय संघटनांनी लोकसंख्या नियंत्रणाच्या पुढाकाराचे स्वागत केले पाहिजे. हा राष्ट्रीय समृद्धीचा प्रश्न आहे. यासाठी प्रभावी राष्ट्रीय धोरण आवश्यक आहे.

मानवी जीवन हे निरपेक्ष स्वतंत्र नाही आहे. जीवन नैसर्गीक संसाधनावर अवलंबून आहे. संसाधने मार्यादित आहेत. त्यांची मर्यादा आहे, पण लोकसंख्येचा स्फोट आहे. त्यामुळे भारतातील एकात्मिक विकासाचे सर्व उपाय अपेक्षित परिणाम देत नाहीत. महानगरांध्ये रस्ते जाम आहेत, उड्डाणपुल बांधले आहेत. काही दिवसांनी त्याच्यावरही मोठी गर्दी होईल. रूग्णालयाची संख्या वाढत असली तरी रूग्णांची संख्या कमी होत नाही.

वाढत्या लोकसंख्येमुळे लाखो विद्यार्थी शिक्षण केंद्रात प्रवेश घेऊ शकत नाहीत. वैद्यकीय महाविद्यालये वाढत आहेत पण वाढत्या लोकसंख्येसाठी पुरेशी नाहीत. वाढत्या लोकसंख्येमुळे महानगरे अस्तव्यस्त पसरत चालली आहेत. नागरी सुविधा

आणि साधनसामग्री अपुरी पडत आहे. गावे ओस पडू लागली आहेत. वाढत्या लोकसंख्येचा वेग वेगवान आहे. वाढती लोकसंख्या भारतासमोरील मुख्य समस्या आहे.

पंतप्रधान नरेंद्र मोदींनी लोकसंख्या नियंत्रणासाठी हृदयस्पर्शी आवाहन केले आहे. लोकसंख्या नियंत्रणाला त्यांनी राष्ट्रभक्ती म्हटले आहे. देशभक्ती ही काही सामान्य गोष्ट नाही. देशभक्ती म्हणजे राष्ट्राप्रति आवश्यक कर्तव्य पार पाडणे. लोकसंख्या वाढ हे देशापुढील आव्हान आहे. त्याचे नियंत्रण हे प्रत्येक नागरिकांचे कर्तव्य आहे, परंतु काही टीकाकारांनी या आवाहनाला राजकीय संदेशही म्हटले आहे, परंतु ते खरे नाही. सर्व पालकांना त्यांच्या मुलांसाठी आनंदी जीवन हवे आहे. या नैसर्गीक प्रवृत्तीचा उल्लेख पंतप्रधानांनी केला आहे.

मुलांच्या जन्मापुर्वीच चिंता

सामान्यतः पालक मुलाच्या जन्मानंतर मुलाच्या भविष्याची काळजी करतात. मुलाच्या जन्मापुर्वीच काळजी करण्याबाबात मोदी बोलले आहेत. लोकसंख्या आणि उपलब्ध साधनांचा ताळमेह याचा विचार अनेक विचारवंतानी केला आहे. ब्रिटिश अर्थतज्ज्ञ माल्थसने लोकसंख्या वाढ आणि त्याचे परिणाम ‘प्रिंन्सिपल ऑफ पॉप्युलेशन’ मध्ये स्पष्ट केले आहे. त्यांच्या मते १,२,४,८,१६,३२ या दराने लोकसंख्या वाढ होते, परंतु साधनं मात्र १,२,३,४,५ या गतीने वाढतात. दर २५ वर्षांनी लोकसंख्या दुप्पट होते. अशा परिस्थितीत उपासमार आणि कुपोषण होईल.

लोकसंख्येची समस्या

माल्थसची गणना पूर्णपणे बरोबर नाही, परंतु मूलभूत चिंता योग्य आहे. लोकसंख्या आणि साधनं यांचा ताळमेळ याच्यावर थॉमस सॅडलर, हरबर्ट स्पेंसर, जमीन कार्यकाळ सिद्धांताचे जनक डेविड रिकार्डो यांनी देखील गंभीर असा विचार केला होता. प्रचंड लोकसंख्या आणि अपुरी साधनं याचा परिणाम मनुष्य जीवनाच्या गुणवत्तेवरही पडतो. अनेकदा प्रचंड गर्दीत रहाण्याचा परिणामही मेंदूवर होतो. अपुऱ्या जमिनीत प्रचंड लोकसंख्येचे वास्तव्य देखील सभ्यता आणि संस्कृतीवर परिणाम करतं. प्राचीन भारतात कमी लोकसंख्येसाठी जास्त जमीन होती. त्या काळातील तात्त्वीक आणि सांस्कृतिक कामगिरी महान आहे. इतिहासाच्या मध्ययुगीन काळापासून ते ब्रिटिश राजवट येईपर्यंत लोकसंख्येची समस्या नव्हती. भारतातील प्रगत शेती, उद्योग आणि निरोगी मानव साधनांची स्थिती समाधानकारक होती. मग लोकसंख्या वाढली, लोकसंख्येचा दबावही वाढला. १९५१ मध्ये लोकसंख्या नियंत्रणाची राज्य मोहीम राबविणारा स्वतंत्र भारत हा जगातील पहिला देश होता.

संतानोत्पत्तीची मूल कल्पना

भारतीय परंपरेत संतानोत्पत्तीची 'मूल कामना' ची चर्चा देखील संकोचाचा विषय राहिलेला आहे. असे असूनही १९७५ पर्यंत लोकसंख्या नियंत्रणावर बरीच चर्चा झाली. पण आणीबाणीच्या काळात इंदिरा सरकारने या राष्ट्रीय मोहिमेचा खोळंबा केला. त्यांनतर सक्तीच्या नसबंदीचा कार्यक्रम सुरू झाला. अविवाहित तरूणांचीही नसबंदी करण्यात आली. यावर तीव्र प्रतिक्रिया उमटल्या. सत्ताधारी कॉंग्रेसचा सफाया झाला. मग लोकसंख्या नियंत्रणाच्या नावाखाली पक्ष यंत्रणा घाबरली. आता मोदींनी अर्थपूर्ण पुढाकार घेतला आहे. याबाबत जनजागृती आवश्यक आहे. शिक्षित आणि जागरूक कुटुंबे लोकसंख्या नियंत्रणाच्या बाजूने आहेत.

समृद्ध कुटुंबाचा प्रजनन दर कमी

गरीब कुटुंबांच्या प्रजनन दरापेक्षा कमी संपन्न कुटुंबांचा प्रजनन दर कमी आहे. जनतेमध्ये जागृती निर्माण करणे हे कष्टाचे काम आहे. यात चीनला यश आले आहे. पण चीन आणि भारताच्या जनमतामध्ये मूलभूत फरक आहे. चीनमधील सामान्य लोक सरकारी प्रायोजित कार्यक्रम सहजपणे स्वीकारतात, परंतु भारतातील लोक प्रथम अशा कार्यक्रमाची चर्चा करतात. लोककल्याणकारी कार्यक्रमावरही इथे टीका केली जाते. भारतीय लोकशाही अद्वितीय आहे. पंतप्रधानांनी या विषयाचे महत्त्व सोप्या भाषेत मांडले आहे. येथे कोणतेही बंधनकारक निर्देश नाहीत, परंतु ओवेसीसारखे लोक लढण्याच्या तयारीत आहेत.

लोकसंख्या वाढीचे आकडे चिंताजनक

देशाची लोकसंख्या १९५१ मध्ये ३६ कोटी १० लाख ८८ हजार ४०० इतकी होती, जी १९६१ मध्ये वाढून ४३ कोटी ९२ लाख ३५ हजार ७२० झाली. म्हणजे १० वर्षात ७ कोटींचा वाढ झाली. १९५१ ते २०११ या कालावधीत ६० वर्षांचे अंतर आहे. १९५१ ची लोकसंख्या ३६ कोटी १० लाख होती, मात्र २०११ मध्ये ती २१ कोटी १ लाख ९३ हजार ४२२ झाली. म्हणजेच ६० वर्षात सुमारे ८५ कोटींची वाढ झाली. २०२१ पर्यंत ती १ अब्ज ३० कोटी इतकी असेल असा अंदाज आहे. लोकसंख्या वाढीचे हे आकडे चिंताजनक आहेत. दक्षिण भारतीय राज्यांच्या प्रजनन दराची समाधानकारक पातळी १.५ आहे. राष्ट्रीय कुटुंब सर्वेक्षण २०१५-१६ नुसार, उत्तर प्रदेशाचा प्रजनन दर २.७४ आणि बिहारचा ३.४१ आहे.

देशव्यापी जनजागृती

देशाची वाढती लोकसंख्या ही राष्ट्रीय चिंतेची बाब आहे. जनजागृतीचे परिणाम मर्यादित आहेत. थोडक्यात सांगायचे तर फक्त तिनच मार्ग शिल्लक आहेत. पहिला मार्ग म्हणजे लोकसंख्या वाढीला परावृत्त करणे. दुसरे, लोकसंख्या नियंत्रक लोकांना प्रोत्साहन आणि तिसरा, जात, पंथ किंवा धर्म न पहाता देशातील प्रत्येक नागरीकांवर लोकसंख्या मर्यादित कायदा लादणे. यामध्ये लोकसंख्या नियंत्रीत कुटुंबांना प्रोत्साहन देण्याच्या धोरणामुळे दुहेरी फायदा होणार आहे. सर्व कुटुंबांना प्रोत्साहनाच्या आकर्षणामध्ये लोकसंख्या नियंत्रणाचा राष्ट्रीय धर्म समजेल. त्यामुळे जनजागृतीही होईल. मग जनजागृतीचे परिणाम देशव्यापी होतील.

लोकसंख्या नियंत्रणाचे प्रोत्साहन धोरण

लोकसंख्या नियंत्रणाच्या धोरणात विशेष सुविधा असलेले ग्रीन कार्ड जारी केले जाऊ शकते. वीज बिल किंवा सर्वाजनिक सेवांवर सूट. अतिरिक्त रेशन, मोफत शिक्षण आणि आरोग्य सेवा इत्यादींचा समावेश करता येईल. दारिद्र्य आणि निरक्षरेतेच्या क्षेत्रात, लोकसंख्या नियंत्रणाचे वैज्ञानीक उपाय अनेकदा स्वीकारले जात नाहीत. दक्षिण भारतातील राज्यांचे दरडोई उत्पन्न उत्तर भारतातील राज्यांपेक्षा जास्त आहे. दक्षिणेतील प्रजनन दर उत्तरेकडील राज्यांपेक्षा कमी आहे.

लोकसंख्या नियंत्रणावर राष्ट्रीय धोरण

दक्षिणेतील राजकारणी लोकसंख्येच्या आधारे अर्थसंकल्पीय वाटपावर भाष्य करत आहेत. अनेक सुविधांमुळे मृत्यूचे प्रमाण कमी झाले आहे. वृद्धांची संख्याही वाढत आहे. जपानी लोकसंख्येची ही समस्या आहे. लोकसंख्या नियंत्रण आघाडीवर आधीच खूप उशीर झाला आहे. लोकसंख्या नियंत्रणावर बोलण्याचे धाडसही संपले होते. मोदीजींनी एक धाडसी पुढाकार घेतला आहे. सर्व सांस्कृतिक, सामाजिक, राजकीय संघटनांनी या उपक्रमाचे स्वागत केले पाहिजे. हा राष्ट्रीय समृद्धीचा प्रश्न आहे. यासाठी प्रभावी राष्ट्रीय धोरण आवश्यक आहे.

१४. मोदीचे पाणि धोरण-घरोघरी नळाचे पाणि

पंतप्रधान नरेंद्र मोदी यांनी दुसऱ्या टर्मच्या दुसऱ्या 'मन की बात' कार्यक्रमातून देशवासीयांना संबोधित केले. यावेळी त्यांनी देशभरात जलसंधारणासाठी होत असलेल्या प्रयत्नांचे कौतूक केले आणि काही सुचनाही केल्या.

पीएम मोदी म्हणाले की, झारखंडमधील रांचीपासून काही अंतरावर असलेल्या ओरमांझी ब्लॉकमधील आरा केराम गावात पाणि व्यवस्थापनाबाबत गावकऱ्यांनी दाखवलेले धाडस सर्वांसाठी उदाहरण बनले आहे. गावकऱ्यांनी श्रमदान करून डोंगरावरून वाहणाऱ्या धबधब्याला निश्चित दिशा देण्याचे काम केले. तेही शुद्ध देशी पद्धतीने. यामुळे जमिनीची धूप आणि पिकांची नासाडी तर थांबली आहेच, पण शेतानाही पाणि मिळू लागले आहे. ग्रामस्थांचे हे श्रमदान संपूर्ण गावासाठी जीवनदानापेक्षा कमी नाही. जलनीती तयार करणारे मेघालय हे पहिले राज्य बनल्याबद्दल पंतप्रधान मोदींनी मेघालय सरकारचे अभिनंदन केले. यासोबतच त्यांनी हरियाणाचेही कौतूक केले. पीएम मोदी म्हणाले, "हरियाणामध्ये त्या पिकांच्या लागवडीला प्रोत्साहन दिले जात आहे, ज्यांना कमी पाणि लागते आणि शेतकऱ्याचे कोणतेही नुकसान होत नाही. मी हरियाणा सरकारचे विशेष अभिनंदन करू इच्छितो की, त्यांनी शेतकऱ्यांशी संवाद साधला, त्यांना पुढे जाण्यास प्रेरित केले. पारंपारीक शेती टाळा आणि कमी पाणि देणारी पिके निवडा."

पंतप्रधान मोदी म्हणाले की, आता सणांची वेळ आली आहे. सणांच्या निमित्ताने अनेक मेळयांचेही आयोजन केले जाते. या मेळयांचा उपयोग जलसंधारणासाठी का होत नाही ? समाजातील प्रत्येक घटकातील लोक जत्रेत पोहचतात. या मेळयांमध्ये आपण पाणि बचतीचा संदेश अतिशय प्रभावीपणे देऊ शकतो, प्रदर्शने आयोजित करू शकतो, पथनाट्य करू शकतो, उत्सवांसोबतच जलसंधारणाचा संदेशही आपण सहज देऊ शकतो.

पंतप्रधान म्हणाले की, पाण्याच्या प्रश्नांने आजकाल भारताचे मन ढवळून निघाल्याची भावना त्यांच्या मनात आहे. जलसंधारणाबाबत देशात अनेक प्रभावी

प्रयत्न सुरू आहेत. लोकांनी पारंपारीक पद्धतीबद्दल माहिती दिली. माध्यमांनीही जलसंधारणासाठी अनेक अभिनव मोहिम सुरू केल्या आहेत. सरकार असो, एनजीओ असो, ते युद्धपातळीवर काहीतरी करत असतात. सामूहिकतेची ताकद पाहून मनाला खूप छान वाटतं.

गेल्या 'मन की बात' मध्ये पीएम मोदींनी जलसंकटाचा सामना करण्यावर भर दिला होता. संपूर्ण देशातील जलसंकटाला तोंड देण्यासाठी एकच फॉर्म्युला असू शकत नाही का, असा प्रश्न त्यांनी केला होता. त्यासाठी देशाच्या विविध भागात वेगवेगळ्या पद्धतीने प्रयत्न केले जात असले तरी प्रत्येकाचे ध्येय एकच आहे आणि ते म्हणजे पाणि वाचवणे.

नीति आयोगाच्या भू-जलच्या डे-जिरोच्या उंबरठ्यावर

नीति आयोगाच्या बैठकीत डे-जिरो म्हणजेच भूलजलाचा ऱ्हास झालेली शहरे, दिल्ली, फरिदाबाद, गुरूग्राम, कानपुर, जयपुर, हैद्राबाद, अमरावती, धनबाद, जमशेदपूर, मेरठ, आसनसोल, विशाखापट्टणम, चेन्नई, मदुराई, कोची, बंगळुर, कोइम्बतूर, शिमला, सोलापूर, मंबई आणि विजयवाडा येथे जलसंधारणाची कोणतीही योजना लागू झाली आहे की नाही यावर चर्चा केली जाईल. काही झाले असेल तर त्याचा परिणाम सांगावा लागेल. तीन वर्षापुर्वी नीति आयोगाने आपल्या एका अहवालात म्हटले होते की, देशातील जलसंधारणाबाबत बहुतांश राज्याचे काम समाधानकारक नाही. ज्या राज्यांचा अहवाल खूपच कमकुवत होता, त्यात छत्तीसगड, राजस्थन, गोवा, केरळ, ओडिसा, बिहार, उत्तर प्रदेश, हरियाणा, झारखंड, सिक्कीम, आसाम, नागालँड, उत्तराखंड आणि मेघालय यांचा समावेश आहे. मध्यम पातळीच्या अहवालात त्रिपुरा आणि हिमाचल प्रदेशची नावे आली. हवामान खात्यानुसार देशातील काही राज्यांमध्ये अनेक वर्षांपासून सरासारीपेक्षा कमी पाऊसाची नोंद झाली आहे. अनेक राज्य दुष्काळी परिस्थितीतून जात आहेत. हेच कारण आहे की भूजल पातळी सातत्याने खाली जात आहे.

सुमारे ४५० नद्यांच्या आंतर-जोडणीवर चर्चा

जलसंकटाचा सामना करण्यासाठी नीति आयोगाने देशातील ४५० नद्यांपैकी निम्या नद्यांना जोडण्याचा प्रस्ताव तपशीलवार तयार केला आहे. पावसाळ्यात किंवा नंतर अनेक नद्यांचे पाणि समुद्रात वाहून जाते. ज्या नद्यांमध्ये वर्षामध्ये बहुतांश महिने

दुष्काळाचे सावट असते, त्या नद्यांमध्ये हे पाणि वेळीच सोडले, तर आजूबाजुच्या परिसरात शेती करता येईल. मोदी सरकारच्या पहिल्या कार्यकाळात ६० नद्यांना जोडण्याचे कामही सुरू झाले होते. आम्ही तुम्हाला सांगू इच्छितो की ऑक्टोबर २००२ मध्ये भारताचे तत्कालीन पंतप्रधान अटलबिहारी वाजपेयी यांनी दुष्काळ आणि पुराच्या समस्येला तोंड देण्यासाठी भारतातील महत्त्वाच्या नद्या जोडण्याच्या प्रकल्पाची ब्लूप्रिंट तयार केली होती. हिमालयातील भागांत गंगा, ब्रह्मपुत्रा आणि त्यांच्या उपनद्यांचे पाणि गोळा करण्याची योजना आखण्यात आली. पंतप्रधान मोदींनी आपल्या पहिल्या कार्यकाळात गंगासह देशातील ६० नद्या जोडण्याच्या योजनेला मंजूरी दिली होती. याचा फायदा असा होईल की शेतकऱ्यांचे मान्सूनवरील अवलंबित्व कमी होईल. पाण्याअभावी नासाडी होत असलेली लाखो हेक्टर जमीन सिंचनाखाली येणार आहे. नद्यांना जोडून हजारो मेगावॅट वीजही निर्माण होणार आहे, गंगा, गोदावरी आणि महानदी यांसारख्या अतिरिक्त पाणि असलेल्या नद्या इतर नद्यांशी जोडल्या जातील. त्यासाठी या नद्यांवर धरणे बांधली जाणार आहेत. पूर-दुष्काळावर मात करण्याचा हा एकमेव मार्ग असल्याचे सांगितले जाते. अशी आहे देशातील भूजलाची स्थिती, एका अहवालात..

- १९५१ मध्ये भूजलाची दरडोई उपलब्धता १४१८० लिटर प्रतिदिन होती.
- १९९१ मध्ये ६०३० लिटर
- २००१ मध्ये ५१२० लिटर
- २०२० मध्ये ३६७० लिटर
- २५० मध्ये ३१२० लिटर असेल
- इंडियन इन्स्टिट्यूट ऑफ ह्यूमन सेटलमेंट नुसार, देशात प्रमाणात १३५ लिटर पाणि दररोज प्रति व्यक्ती देण्याचे बोलले जाते, परंतु हे प्रमाण ६९ लिटर वरच थांबते. भारतात किमान ५४ टक्के भाग असा आहे, जिथे भू-जल वेगाने खाली जात आहे.
- वर्ल्ड रिसोर्च इंन्स्टिट्यूटचा रिपोर्ट सांगतो की २०३० पाण्याची मागणी १.५ ट्रिल्यन क्यूबिक मीटर असेल, तर वर्तमान पुरवठा ७४० ट्रिलियन क्यूबिक मीटर आहे.
- २०३० पर्यंत ४० टक्के लोकांना पिण्याचे पाणि मिळणार नाही.
- २०५० पर्यंत अशीच आवस्था राहिली तर जीडीपीचा सहा टक्के केवळ पाण्यावर खर्च होईल.

प्रत्येक घराला नळाने पाणि

जल जीवन मिशननुसार पंतप्रधान नरेंद्र मोदींचा फोकस देशाच्या प्रत्येक घरापर्यंत नळाने पाणि पोहचण्याचा असू शकतो. सरकारने यासाठी जलशक्ती मंत्रालय स्थापन केले, मंत्रीमंडळात याची जबाबदारी राजस्थानचे खासदार गजेंद्र सिंह शेखावत यांच्यावर सोपवली. निवुडणूकीपुर्वी भाजपाने संकल्प पत्रात स्वच्छ पिण्याचे पाणि उपलब्ध करण्याला प्राधान्य दिले होते. मागच्या एनडीए सरकारमध्ये स्वच्छ भारत मिशन अंतर्गत स्वच्छतेवर भर देण्यात आला होता.

नवीन जल शक्ती मंत्रालयात जल संसाधन, नदी विकास, गंगा जीर्णोद्धार आणि पिण्याचे पाणि तसेच स्वच्छता विभागाला सहभागी करून घेतल्या जाऊ शकते. नळाद्वारे पाणी याद्वारा सरकारने २०२४ पर्यंत देशाच्या प्रत्येक घरात पाण्याची पाईप लाईन आणि नळातून पाणि पोहचवण्याचा उद्देश ठेवला आहे.

एका अधिकाऱ्याने सांगितले की नवे मंत्रालयाचे पहिले काम देशात वर्तमान जलस्त्रोताचे जतन करणे आहे. यासाठी मनरेगा योजनेची मदत घेतली जाईल. जलस्त्रोताला वाचविण्यासाठी काही महिन्यापुर्वी इस्त्राइल आणि भारतीय अधिकाऱ्यांची नीति आयोगासोबत बैठक झाली आहे. इस्त्राइलमध्ये पाइप लाईनच्या माध्यमातून लोकांना पिण्याचे पाणि उपलब्ध करून दिले जात आहे. सध्या भारतात भूजलाचे ४ टक्के पाणि आणि ८० टक्के पाणि शेतीसाठी वापरेल जात आहे.

२०३० पर्यंत देशात पाण्याची मागणी दोनपट

मागच्या वर्षी स्थापन झालेल्या नीति आयोगाच्या रिपोर्टनुसार ६ करोड भारतीय गंभीर पाणि संकटाचा सामना करीत आहेत. स्वच्छ पिण्याचे पाणि मिळत नसल्याने देशात दरवर्षी २ लाख लोकांना आपला जीव गमवावा लागतो. असा अंदाज आहे की २०३० पर्यंत देशात पाण्याची मागणी आजच्यापेक्षा दोनपट होईल, ती जर पूर्ण केली नाही, तर यामुळे जीडीपीच्या दरात ६ टक्के इतका उतार येऊ शकतो.

देशातील प्रत्येक कुटुंबाला २०२४ पर्यंत नळातून पाणि पुरवण्यासाठी महत्त्वाकांक्षी उद्देश पूर्ण करण्यासाठी मोदी सरकारने मनावर घेतले आहे. असे असले तरी देशात भूजलाचा सतत खालावत असलेला स्तराच्या दरम्यान प्रति व्यक्ती प्रति दिनाच्या हिशोबाने प्रमाणे ठरविणे, जल स्त्रोत तसेच त्याची रिचार्ज क्षमतेचा शोध घेणे तसेच वॉटर टेबलनुसार तांत्रक माहिती प्राप्त करणे सरकारसाठी मोठेच आव्हान आहे.

तज्ज्ञांचे म्हणणे आहे की देशाच्या मोठ्या भू-भागात दरवर्षी जलसंकट उत्पन्न होते, पाण्याची पातळी सतत खालावणे आणि पाण्याचा पारंपारीक स्त्रोत हळूहळू कमी होण्यामुळे आव्हान वाढले आहे. असे असताना सरकारला जल 'जीवन मिशन' ला व्यापक प्रमाणात लागू करण्यासाठी केवळ बजेटचेच आव्हान नाही, तर या क्षेत्रात खाजगी क्षेत्राने काहीतरी करावे यासाठी त्यांना प्रोत्साहन द्यावे लागेल.

२०११ च्या जणगननेनुसार देशाच्या एकूण २४ करोड परिवारापैकी ७ करोड परिवारानेच केवळ शुद्ध पाणि मिळत आहे.

बजेटच्या कागदपत्रावरून ग्रामीण परिवारांना पिण्याचे पाणि उपलब्ध करून देण्यासाठी २०१९-२० मध्ये जवळजवळ २७ लाख जल स्त्रोतांची प्रयोग शाळेत तपासणी होणार आहे. या काळात ७००० बनावट गोष्टींना आवाक्यात आणयचे आहे. असे असले तरी पाइपद्वारे मिळणारे पाणि ग्रामीण परिवारांच्या संबंधात कोणतेही उद्देश ठेवण्यात आलेला नाही.

जल संसाधन, नदी विकास आणि गंगा संरक्षण मंत्रालयाचे माजी सचिव शशि शेखर यांचे म्हणणे आहे की बजट वाढविण्यापेक्षा अधिक गरज आहे पाण्याचा योग्य वापर करण्याची.

सरकारने बजेटमध्ये जल जीवन मिशन, नुसार २०२४ सर्व ग्रामीण घरात नळाद्वारे पाणि उपलब्ध करण्याचे सांगण्यात आले आहे आणि त्यासाठी १० हजार करोड रूपायाचा खर्च अपेक्षित आहे.

ते म्हणाले की, प्रत्येक घरापर्यंत पाणी देण्याची योजना मोठे आणि आव्हानात्मक आहे. त्यासाठी सर्वप्रथम ज्या गावांना पाणी द्यायचे आहे त्यांची यादी तयार करावी लागेल. तसेच त्यावरून निर्णय घ्यावा लागेल. कुठून आणि कोणत्या स्त्रोतातून पाणी पोहचवले जाईल.

माजी सचिव म्हणाले की, त्या जलस्त्रोमतांमधून किती पाण्याचे पुनर्भरण झाले आहे, हे तपासावे लागेल. त्याबाबत तांत्रिक माहिती गोळा करावी लागेल. किती पाणी हे ठरवावे लागेल. सरकारला प्रति व्यक्ती प्रतिदिन द्यायचे आहे. जलस्त्रोताचे पुनर्भरण प्रतिदिन १०० युनिट असेल, तर पाण्याची पातळी खाली जाणार नाही. यासाठी किती पाणी सोडावे, हे पहावे लागेल, असे ते म्हणाले.

शेखर म्हणाले की, आंतरराष्ट्रीय निकषांनुसार जागतिक आरोग्य संस्थेने दरडोई २५ युनिट प्रतिदिन पाणी उपलब्धता निश्चित केली आहे. आता सरकारला त्यानुसार प्रतिव्यक्ती प्रतिदिन पाणीपुरवठ्याचे प्रमाण करावे लागेल.

या योजनेसाठी सरकारने अर्थसंकल्पीय वाटपाचा तपशील दिला आहे का, असे विचारले असता, शशी शेखर म्हणाले की, ही योजना हा या सरकारचा सर्वात महत्त्वाकांक्षी कार्यक्रम आहे. त्यावर १०००.६६ कोटी रूपये खर्च करण्याचे सरकारने सांगितले आहे. अर्थसंकल्पीय वाटपाची संपूर्ण माहिती नाही पण ही एक नवीन योजना आहे हे समजून घ्यावे लागेल. ज्यामध्ये अनेक विषयाची काळजी घ्यावी लागणार आहे. या योजनेलाही पहिल्याच वर्षी अशाच परिस्थितीला सामोरे जावे लागले होते.

या संदर्भात जलतज्ज्ञ शंकर आचार्य देशात मोठी धरणे बांधण्याच्या कार्यक्रमाचा उल्लेख करतात. त्यांचे मत आहे की २०११ पर्यंत देशात मोठे मोठे बांध बांधणे आणि सिंचन सुविधांची रचना उभा करण्यावर सात लाख करोड रूपये गुंतवण्यात आले परंतु आतापर्यंत अनुभव असा आहे की या योजनेचा काही उपयोग झाला नाही. उदाहरणार्थ, भारतातील कालवा सिंचन प्रणालीचा वापर १५ ते १६ टक्के आहे.

विशेष म्हणजे अर्थसंकल्प सादर करताना सीतारमण म्हणाल्या होत्या, भारतात जलसुरक्षा आणि सर्व भारतीयांना शुद्ध पिण्याचे पाणी पुरवणे याला प्राधान्य आहे. या दिशेने एक मोठे पाऊल म्हणजे जलशक्ती मंत्रालयाची स्थापना. मंत्रालय 'जल जीवन मिशन' अंतर्गत २०२४ पर्यंत सर्व ग्रामीण घरांमध्ये 'प्रत्येक घराला नळाने पाणी' साठी राज्यांसोबत काम करेल.

जलशक्ती मंत्री गजेंद्र सिंह शेखावत यांनी अर्थसंकल्प जाहीर होण्यापुर्वी सोमवारी जलशक्ती' अभियान सुरू केले. या अंतर्गत देशातील २५६ जिल्ह्यातील आणखी १५९२ टंचाइग्रस्त तुकड्यावर भर दिला जाणार आहे. जलसंधारण आणि पावसाचे पाणी साठवणे, पारंपारिक आणि इतर जलस्त्रोतांचे नुतणीकरण, पाण्याचा पुनर्वापर आणि संरचनेचे पुनर्भरण, पाणलोट विकास आणि सघन वनीकरण आणि पिण्याच्या पाण्याची स्वच्छता या पाच मुद्यांवर मोहिमेचा भर असेल.

१५. नागरीकता संशोधन बिल

लोकसभेनंतर आता नागरिकत्व दुरूस्ती विधेयकाला राज्यसभेतही मंजूरी मिळाली आहे. राष्ट्रपतीच्या संमतीनंतर नागरिकत्व सुधारणा विधेयकाचे आता कायद्यात रूपांतर होणार आहे. अफगाणिस्तान, बांगलादेश आणि पाकिस्तानमधील धार्मिक छळामुळे भारतात आलेल्या हिंदू, शीख, बौद्ध, जैन, पारशी आणि ख्रिश्चनांना भारतीय नागरिकत्व देण्यासाठी संसदेने बुधवारी नागरिकत्व दुरूस्ती विधेयक मंजुर केले. बुधवारी सविस्तर चर्चेनंतर राज्यसभेने हे विधेयक मंजूर केले. हे विधेयक निवड समितीकडे पाठविण्याचा विरोधकांचा प्रस्ताव आणि सुधारणा सभागृहाने फेटाळल्या. विधेयकाच्या बाजूने १२५ तर विरोधात १०५ मते पडली. कृपाया सांगा की लोकसभेने हे विधेयक आधीच मंजूर केले आहे. या विधेयकाबाबतच्या दहा महत्त्वाच्या गोष्टी जाणून घेऊया.

१. नागरी दुरूस्ती विधेयकाचे कायद्यात रूपांतर झाल्याने अफगाणिस्तान, बांगलादेश आणि पाकिस्तानमधील धार्मिक छळामुळे भारतात आलेल्या हिंदू, शीख, बौद्ध, जैन, पारशी आणि ख्रिश्चनांना कॅब अंतर्गत भारताचे नागरिकत्व दिले जाईल.

२. बेकायदेशीर स्थलांतरीत ज्यांनी ३१ डिसेंबर २०१४ च्या तारखेपर्यंत भारतात प्रवेश केला आहे, ते भारतीय नागरिकत्वासाठी सरकारकडे अर्ज करू शकतील. कॅब पास झाल्याबद्दल सोनिया गांधी म्हणाल्या, घटनात्मक इतिहासाचा काळा दिवस.

३. आता भारतीय नागरिकत्व घेण्यासाठी ११ वर्षे भारतात वास्तव्य असणे अनिवार्य आहे. शेजारील देशांतील अल्पसंख्यकांनी भारतात पाच वर्षे जरी वास्तव्य केले असले तरी त्यांना नागरिकत्व देण्यात येईल, अशी नव्या विधेयकात तरतूद आहे.

४. हे देखील प्रदान केले आहे की त्यांच्या विस्थापन किंवा देशात बेकायदेशीर

वास्तव्याबद्दल त्यांच्या विरूद्ध आधीच प्रलबिंत असलेली कोणतीही कायदेशीर कारवाई नाही.

५. ओसीआई कार्डधारकाने अटींचे उल्लंघन केल्यास कार्ड रद्द करण्याचा अधिकार केंद्राला असेल. पण त्यांचेही ऐकूण घेतले जाईल.

६. नागरिकत्व दुरूस्ती विधेयकामुळे उठलेल्या निषेधाच्या आवाजाचे कारण म्हणजे या विधेयकातील तरतुदीनुसार पाकिस्तान, अफगाणिस्तान आणि बांगलादेशातून येणाऱ्या मुस्लिमांना भारताचे नागरिकत्व दिले जाणार नाही. काँग्रेससह अनेक पक्ष या विधेयकाला विरोध करीत आहेत. नागरिकत्व सुधारणा विधेयक गृहमंत्री अमित शहा यांनी राज्यसभेत सादर केले. लोकसभेत या विधेयकांला पाठिंबा दिल्यांनतर एनडीएचा मित्रपक्ष जेडीयूने या विधेयकाबाबत दोन विचार समोर आले.

७. देशाच्या ईशान्यकडील राज्यांतून या विधेयकाला विरोध होत असून, गेल्या काही दशकांत बांगलादेशातून मोठ्या संख्येने आलेल्या हिंदूना नागरिकत्व दिले जाण्याची त्यांची चिंता आहे.

८. गृहमंत्री अमित शहा म्हणाले की, भारतातील मुस्लिम भारतीय नागरीक होते, आहेत आणि असतील. त्या तीन देशांमध्ये अल्पसंख्याकांच्या लोकसंख्येमध्ये लक्षणीय घट झाल्याचे त्यांनी सांगितले. शाह म्हणाले की अत्याचारीत अल्पसंख्यकांना नागरिकत्व देण्याची तरतूद विधेयकात आहे. या विधेयकाच्या उद्दिष्टांबाबत मतपेटीचे राजकारण केल्याचा विरोधकांचा आरोप फेटाळून लावत शाह यांनी हा प्रस्तावित कायदा बंगालसह संपूर्ण देशात लागू होईल, असे आश्वासन दिल. हे विधेयक संविधानविरोधी असल्याचा विरोधकांचा आरोप फेटाळून लावत ते म्हणाले की, अशा प्रकारचा कायदा करण्याचा अधिकार घटनेतच देण्यात आला आहे. हा प्रस्तावीत कायदा न्यायालयातील न्यायिक पुनर्विलोकनात कायम राहील, अशी अपेक्षाही त्यांनी व्यक्त केली. ते म्हणाले की, मुस्लिमांना काळजी करण्याची गरज नाही कारण ते भारताचे नागरीक आहेत आणि असतील.

१. नागरिकत्व दुरूस्ती विधेयक काय आहे ?

जे बिल संसदेने मंजूर केले आहे, ते १९९५ च्या नागरिकता विधेयकात बदल करील. या अंतर्गत अफगाणिस्तान, बांगलादेश आणि पाकिस्तानसह शेजारील

देशांतून भारतात येणाऱ्या हिंदू, शीख, बौद्ध, जैन, पारशी आणि ख्रिश्चन आदी धर्मांच्या लोकांना नागरिकत्व दिले जाणार आहे.

२. भारतीय नागरिकत्व मिळणे कसे होईल सोपे ?

या विधेयकाचे कायद्यात रूपांतर झाल्यांनतर अफगाणिस्तान, बांगलादेश आणि पाकिस्तान या देशातून जे गैर-मुस्लिम निर्वासित भारतात येतील, त्यांना येथिल नागरिकत्व मिळणे सोपे होणार आहे. यासाठी त्यांना भारतात किमान ६ वर्षे घालवावी लागतील. यापुर्वी नागरिकत्व देण्याचे प्रमाण ११ वर्षापेक्षा अधिक होते.

३. विधेयकाला विरोध का ?

या विधेयकाबाबत विरोधकांनी केंद्र सरकारला घेरले आहे. विरोधकांचा मुख्य विरोध हा धर्माबाबत आहे. नवीन दुरूस्ती विधेयकात मुस्लिम वगळता इतर धर्मांच्या लोकांना सहज नागरिकत्व देण्याचा निर्णय घेण्यात आला आहे. विरोधक हा मुद्दा उपस्थित करीत आहेत आणि मोदी सरकारच्या या निर्णयाला धर्माच्या आधारे फूट पाडणारे म्हणत आहेत.

४. एनडीएमध्येच या बिलाला विरोध झाला होता

एनडीएमध्येच या विधेयकाला विरोध झाला होता. मोदी सरकारसाठी सर्वांत मोठी अडचण ही होती की, या विधेयकाला फक्त एनडीएचाच विरोध होता, ईशान्यतील भारतीय जनता पक्षाचा विरोध असलेल्या आसाम गण परिषदेने या विधेयकाला उघडपणे विरोध केला आणि म्हटले की हे विधेयक आणण्यापुर्वी मित्रपंक्षाशी सल्लामसलत केली नव्हती. चर्चा करण्याचे आश्वासन दिले होते. आसाम गण परिषद, आसाम सरकारमध्ये भाजपासोबत होती.

५. ईशान्येतील लोक आक्रमक आहेत का ?

काही काळापुर्वी आसाम आणि इतर ईशान्यकडील राज्यांमध्ये नॅशनल रजिस्टर ऑफ सिटिझन्सबाबात मोठा विरोध झाला होता. एनआरसी नंतर लगेचच नागरिकत्व सुधारणा विधेयक आणण्यात आले, ज्याचा विरोध होत आहे. नॉर्थ ईस्ट स्टुडंट ऑर्गनायझेशनच्या नेतृत्त्वाखाली ईशान्यतील अनेक विद्यार्थी संघटनांनी या विधेयकाला विरोध केला.

६. भाजपाचा राजकीय फादा होणार होणार आहे ?

आसाम, बंगालसारख्या विधानसभा निवडणूका किंवा देशातील लोकसभा निवडणुकीपुर्वी भाजपाने एनआरसीचा मुद्दा जोरात मांडला होता, त्याचाही त्यांना फायदा झाला. आता पश्चिम बंगालमध्ये निवडणूका येऊ घातल्या आहेत, त्याआधी भाजपा पुन्हा एकदा सीएबी विधेयकावर आक्रमक झाला आहे. अशा परिस्थितीत या विधेयकाबाबत राजकीय अर्थही काढले जात आहेत.

७. लोकसभेत झाले होत मंजूर पण...

हे विधेयक पहिल्यांदा २०१६ मध्ये लोकसभेत मांडण्यात आले, त्यानंतर संसदीय समितिकडे सोपविण्यात आले. या वर्षाच्या सुरूवातीला हे विधेयक लोकसभेत मंजूर झाले होते पण राज्यसभेत अडकले होते. मात्र, लोकसभेचा कार्यकाळ संपल्याने हे विधेयकही रद्द झाले. पण यावेळी ते लोकसभा आणि राज्यसभेत मंजूर करण्यात मोदी सरकारला यश आले.

नागरिक सुधारणा विधेयकः न्यायालयात आव्हान दिल्यास काय होईल?

नागरिकत्व दुरूस्ती विधेयक २०१९ बद्दल असे म्हटले जात आहे की, हे संविधानाच्या कलम १४ आणि १५ चे उल्लंधन आहे आणि या आधारावर त्याला कोर्टात आव्हान दिले जाऊ शकते. पण त्याला कोर्टात आव्हान दिले तर काय, भारतीय राज्यघटनेतील कलम १४ ने समानतेचा अधिकार दिला आहे. हे स्पष्टपणे नमूद करते की राज्य कोणत्याही व्यक्तीला कायद्याचे समान संरक्षण नाकारणार नाही. यामध्ये नागरीक आणि गैर-नागरिक दोघांचाही समावेश आहे.

आज आपण ज्यांना भारताचे नागरिक बनविण्याविषयी बोलत आहोत, पाकिस्तान, बांगलादेश आणि अफगाणिस्तानमधील स्थलांतरितांसह इतर देशांतील स्थलांतरितांचा समावेश आहे. तसेच या देशात मुस्लिम लोक आहेत, त्यांनाही कलम १४ अंतर्गत संरक्षण आहे.

कलम १४ मध्ये कधीही कायदा करण्याची मागणी केलेली नाही. पण देशातील सत्ताधारी पक्ष एक देश, एक कायदा, एक धर्म आणि एक भाषा याचे समर्थन करीत आलेला आहे.

पण आता आम्ही वर्गीकरण करीत असून त्यात काही लोकांना समाविष्ट करीत आहोत आणि काही लोकांना नाही. जसे मुस्लिम आणि यहुदी धर्माच्या लोकांना वगळयात आले आहे, हे त्याच्या मूळ तत्त्वांच्या विरूद्ध आहे.

उदाहरणार्थ, तेलंगणात रहाणाऱ्या सर्व लोकांना नालासारमध्ये आरक्षण दिले जाईल आणि बाकीच्यांना नाही. याचा स्प्ष्ट असा होतो की तुम्ही अधिवासाच्या आधारावर आरक्षण दिले आहे आणि याला कोर्टाची मान्यता आहे.

आपण हे समजून घेतले पाहिजे की कलम १४ लोकांसाठी एकच कायदा असावा अशी मागणी करीत नाही, परंतु देशात वेगवेगळया लोकांसाठी कायदे असू शकतात, परंतु त्यामागील आधार योग्य आणि न्याय असावा.

वर्गीकरण करायचे असेल तर ते धर्माच्या आधारे नसावे. हे आधुनिक नागरिकत्व आणि राष्ट्रवादाच्या विरोधात आहे. विचार करण्यासारखी बाब आहे की कोणताही देश या लोकांना नागरिकत्व का देईल. जर भारत असा कायदा बनवत असेल तर तो अशाप्रकारे बनवला जावा की कोणताही देश आपल्यावर हसणार नाही.

आपली राज्याघटना धर्माच्या आधारावर करण्यात येणाऱ्या कोणत्याही भेदभावाला योग्य ठरवत नाही.

मुस्लिम हा वेगळा वर्ग आहे, असे सरकार म्हणत असेल, तर तुम्हाला समान नागरी कायदा करता येणार नाही. कारण मग मुस्लिम म्हणू शकतात की आम्ही वेगळा वर्ग आहोत तर आमच्यासाठी वेगळा कायदा असावा.

नागरिकत्वासाठी वेगळा कायदा असेल, तर वैयक्तिक कायदाही असायला हवा. अशा प्रकारे तुम्ही कायद्यात कधीही बदल किंवा सुधारणा करू शकणार नाही.

मला वाटते की हे विधेयक अतिशय धोकादायक आहे. आज धर्माच्या आधारावर भेदभाव केला जात आहे, उद्या जातीच्या आधारावर भेदभाव आणि वर्गीकरण न्याय ठरेल.

शेवटी आपण देशाला कोणत्या दिशेने नेत आहोत ? संविधानानुसार अशाप्रकारे लोकांमध्ये फूट पाडून वर्गीकरण करण्याचा काही उद्देश असावा आणि तो न्याय असावा किंवा आपला हेतू न्याय नाही हे स्पष्ट आहे.

हे विधेयक न्यायालयात नेले जाऊ शकते, परंतु भारतातील घटनेनुसार संसदेने एखादा कायदा केला म्हणजे तो घटनात्मक आहे, तर त्याला आव्हान देणाऱ्या व्यक्तीवर हे कसे आणि कसे असंवैधानिक आहे हे सिद्ध करण्याचा भार पडेल.

अशा प्रकारची प्रकरणे अनेकदा असंवैधानिक खंडपीठाकडे जातात आणि खंडपीठाकडे आधीच प्रलंबित असल्यामुळे त्यावर लवकर सुनावणी होत नाही.

न्यायालयात काय सिद्ध करायचे आहे ?

देश चुकीच्या दिशेने चालला आहे हे देशातील सुजाणा जनता पहाता आहे. राज्यघटनेची मूळ रचना बदलता येणार नाही. हा एक किरकोळ कायदा आहे ज्याद्वारे आपण संविधानाची रचना बदलू शकत नाही, त्यामुळे हा कायदा संविधानाच्या मूळ रचनेत कसा बदल करू शकतो हे न्यायालयात सिद्ध करावे लागेल.

मग न्यायालयाने हे मान्य केले तरच परिस्थिती थोडी बदलू शकते. आता देशातील जनतेच्या आशा सर्वोच्च न्यायालयावरच आवलंबून आहेत आणि ही सर्वोच्च न्यायालयाची कसोटी असेल की ते या विधेयकासाठी जी मूलभूत रचना ठरवत आहोत ती कशी लागू करतात ?

याकडे संपूर्ण देशाचेच नव्हे तर संपूर्ण जगाचे लक्ष असेल. बहुसंख्यवादामुळे अनेकदा संसद चुकीचे बनवते आणि मग न्यायालयाने न्यायालयीन पुनरावलोकनाचा अधिकार वापरून संविधान वाचवतात.

भारताचे न्यायालय काय प्रतिक्रिया देणार याकडे साऱ्या जगाचे लक्ष लागले आहे.

१६. मजबूत नेतृत्त्व सदृढ भारत

जग आणि विकास

एकेकाळी अतिशय संथ असलेले जीवन आज खूप वेगवान झाले आहे. आजच्या जगात कोणालाच वेळ नाही. प्रत्येकजण विकास आणि प्रगतीच्या हव्यासात व्यस्त आहे. आता जगातील कुठलेही ठिकाण दूर नाही, काही तासात माणूस एका शहरातून दुसऱ्या शहरात, एका देशातून दुसऱ्या देशात अगदी आरामात प्रवास करतो आणि हे करण्याचे मुख्य कारण म्हणजे व्यवसाय, पर्यटन किंवा शिक्षण. यापैकी व्यवसाय हे असे कारण आहे की ज्याद्वारे व्यक्तीची आर्थिक स्थिती सुधारते आणि त्याच प्रकारे प्रत्येक व्यक्ती कोणत्या ना कोणत्या मार्गाने काम करीत रहातो आणि आपल्या कुटुंबाच्या, समाजाच्या आणि राष्ट्राच्या अर्थव्यवस्थेच्या विकासात भागीदार बनते. या छोट्या मोठ्या व्यापार, उत्पादन, बांधकाम, आयात-निर्यातीवरून सिद्ध होते की देशाची अर्थव्यवस्था कशी आहे.

सर्व देशाच्या सरकाद्वारे आपल्या देशाच्या अर्थव्यवस्थेला मजबूत करण्यासाठी अनेक प्रकारच्या योजना राबविल्या जातात. जे देश स्वावंलबी आहेत आणि विज्ञान आणि तंत्रज्ञनाचा योग्य वापर करून जागतिक स्तरावर आपली अर्थव्यवस्था मजबूत करताना त्यांना विकसित म्हणतात. ज्या देशांमध्ये अजूनही थोडेसे मागासलेपण शिल्लक आहे आणि जे विकासाच्या दिशेने वाटचाल करीत आहेत आणि इतर देशांवर अवलंबून आहेत. त्यांना विकसनशील म्हणतात आणि जे देश विकासाच्या शर्यतीत अजूनही खूप मागासलेले आहेत, जेथे विज्ञान आणि तंत्रज्ञान देखील खूप जुने आहेत आणि आधुनिकतेसाठी दुसऱ्या देशावर अधिक अवलंबून आहेत ते अल्पविकसित देशाच्या श्रेणीत येतात.

ते काहीही असो, पण सर्व देशांची अर्थव्यस्था नक्कीच एकमेकांवर अवलंबून आहे. ते विकसितातले ही विकसित राष्ट्र असले तरी ते कुठेतरी विकसनशील किंवा अविकसित राष्ट्रावर अवलंबून असते. कारण त्याला आपला माल विकण्यासाठी

आंतरराष्ट्रीय बाजारपेठही लागते, ज्यातून तो परकीय चलन मिळवतो आणि आपली अर्थव्यवस्था मजबूत करतो. त्याचप्रमाणे तो परकीय चलन मिळवतो आणि आपली अर्थव्यवस्था मजबूत करतो. त्याचप्रमाणे विकसनशील आणि अविकसित राष्ट्रे देखील त्यांच्या गरजा पूर्ण करण्यासाठी विकसित राष्ट्रावर अवलंबून असतात. उदाहरणार्थ, अरब देशांमध्ये तेल जास्त आहे आणि कृषी उत्पादन कमी आहे, मग ते तेल विकतात आणि अन्नपदार्थांसाठी भारतासारख्या कृषीप्रधान देशांवर आवलंबून असतात. अमेरिका आणि चीनसारखे विकसित देश त्यांच्या नवीन तंत्रज्ञानामुळे आणि शोधांमुळे विकसित होतात. पण त्यांना त्यांची उत्पादने विकण्यासाठी भारतासारखी मोठी बाजारपेठही हवी आहे. एकंदरीत बोलायचे झाले तर सर्व देश एकमेकांवर इतके अवलंबून झाले आहेत की संपूर्ण जग एका देशासारखे आहे ज्याला सीमा नाही.

आपला देश भारत हा विकसनशील देश आहे आणि भारत इतर देशांकडूनही अनेक वस्तू आयात करतो. त्याचप्रमाणे अनेक देश भारतावर अवलंबून असतात आणि भारत त्यांना अनेक वस्तू निर्यात करतो. भारत आपल्या शेजारी राष्ट्रांसाठी मोठ्या भावाची भूमिका बजावत आहे. त्याचवेळी अमेरिका, चीन आणि इतर देशांकडून अनेक वस्तू आयात करून आपल्या गरजा पूर्ण करते. एकंदरीत, विकसित राष्ट्र तेच बनते जे स्वयंपूर्ण होते, म्हणजेच ज्या देशांना कमीत कमी वस्तू आयात कराव्या लागतात आणि जास्त निर्यात कराव्या लागतात आणि या सगळयात त्या देशाच्या सरकारचा आणि नेतृत्त्वाचा महत्त्वाचा वाटा असतो.

या विकासाच्या शर्यतीत जगात स्पर्धा सुरू होती की, अचानक असं काही घडलं की सगळं ठप्पं झालं. जगभरातील बाजारपेठा घसरल्या. व्यवसाय ठप्प झाला. जगात आर्थिक मंदी होती. देशांची अर्थव्यवस्था कोलमडली. कारण अशी समस्या समोर आली की ज्याची कल्पना क्वचितच कोणी केली असेल आणि त्याला सामोरे जाण्यास कोणीही तयार नव्हते आणि या समस्यांचे नाव होते 'कोरोना व्हायरस'

व्हाइरस आणि बदल

चीनमधून सुरू झालेल्या या विषाणूने ज्यावेळी पहिले पाऊल टाकले तेव्हा क्वचितच कोणाला सुगावा लागला होता की एका दिवशी संपूर्ण जगातील सर्व लोक आपापल्या घरात कैद होतील. आज परिस्थिती इतकी भीषण झाली आहे की या विषाणूच्या संसर्गामुळे जगभरात लाखो लोकांना आपला जीव गमवावा लागला आहे. बहुतेक देशांची परिस्थिती अशी आहे की त्यांना त्यांची अर्थव्यवस्था रूळावर

आणण्यासाठी अनेक वर्षे लागतील. यावेळी वाहतुकीची साधने बंद करण्यात आली होती. आयात-निर्यात पूर्णपणे ठप्प झाली होती. जागतिक स्तरावर अराजकता इतकी वाढली होती की रोजगार, काम आणि व्यवासाय संपले होते. सर्व देशांच्या वैद्यकीय सविधांचा पर्दाफाश झाला होता. भारताविषयी काय बोलावे, अमेरिका आणि युरोप या विकसित राष्ट्रांनाही बेरोजगारी आणि अर्थव्यवस्थेतील गंभीर मंदीचा सामना करावा लागत आहे. आणि कोरोना विषाणूचा संसर्ग रोखण्यात ते असमर्थ ठरले आहेत. कोट्यावधी लोकांच्या जीवनावर याचा परिणाम झाला आहे आणि सर्वात मोठी गोष्ट म्हणजे या विषाणूवर अद्याप कोणतेही औषध किंवा लस उपलब्ध नाही, कारण विषाणूची लस तयार करण्यासाठी सुमारे एक ते दीड कोटी वर्षाचा कालावधी लागतो आणि डब्लूएचओने देखील भीती व्यक्त केली आहे की या विषाणूचा नाश करणारी लस तयार होईल की नाही हे माहित नाही, अन्यथा आपल्याला या विषाणूसोबत जगावे लागेल. मात्र, जगभरातील शास्त्रज्ञ ज्या पद्धतीने यावर उपाय शोधण्यात गुंतले आहेत, त्यावरून लवकरच यावर नक्कीच काहीतरी उपाय सापडेल, अशी अपेक्षा केली जाऊ शकते, परंतु उपचार मिळण्यास एवढा विलंब होता कामा नये की आपण सगळं गमावून बसू.

वास्तवात हा वाइरस देखल तसाच आहे. त्याचा संसर्ग स्पर्शाने, एकत्र सोबत राहिल्याने, एका व्यक्तीकडून दुसऱ्या व्यक्तीकडे पसरतो. सुरूवातील ही माहीती वाइरस प्रसारादरम्यान नव्हती आणि चीन आणि डब्लयूएचओने देखील ही माहिती संपूर्ण जगापासून लपवून ठेवली होती. म्हणूनच या निष्काळजीपणासाठी किंवा दडपशाहीसाठी आपण चीनला जबाबदार धरू शकतो. आज संपूर्ण जगात या विषाणूवर कोणत्याही देशाने नियंत्रण ठेवले असेल तर ते फक्त चीन आहे. वाइरसची उत्पत्ती झालेल्या वुहान शहरात लॉकडाऊन उघडणे आणि संसर्गाचे संपूर्ण निर्मलन चीनला गोत्यात आणते, परंतु त्याचवेळी ती सावधगिरी दर्शवते, स्वच्छता आणि सामाजिक अंतर निर्माण करून, लस नसतानाही वाइरसवर मात करता येते. पण इतर देशांना या वाइरसबद्दल चेतावणी न देणे ही त्यांची सर्वांत मोठी चूक आहे आणि यामुळे सपूंर्ण जग चीनवर नाराज आहे. पण सध्या समस्या अशी आहे की लस येईपर्यंत कोरोनाचा सामना कसा करायचा ?

जिथे अमेरिका, चीन, इटली, ब्रिटन, फ्रान्स, स्पेन, जर्मनी सारखे संपूर्ण जग विकसित देश या विषाणूने बळी पडले आहेत. जिथे लोकसंख्येची घनता खूपच कमी आहे, तरीही विषाणूचा संसर्ग मोठ्या प्रमाणावर पसरला आणि लाखो लोकांना

आपला जीव गमवावा लागला. अशा वेळी ३ ५ अब्ज लोकसंख्या असलेल्या भारतासारख्या विकसनशील देशात काय होणार ? संपूर्ण जगाच्या नजरा भारताकडे लागल्या होत्या. अशा परिस्थित आपल्या देशाचे पंतप्रधान नरेंद्र मोदी यांनी देशात लॉकडाऊनचा निर्णय योग्यवेळी घेतला आणि जनतेने त्याला चांगला पाठिंबा दिला आणि आज भारताची परिस्थिती इतर देशांच्या तुलनेत खूपच चांगली आहे.

पंतप्रधानांनी घेतलेल्या निर्णयाचे संपूर्ण जगाने कौतूक केले आणि केवळ निर्णय घेऊन काहीही होत नाही, त्याचे पालन करणेही तितकेच आवश्यक आहे आणि त्यासाठी लोक त्यांचे ऐकतील आणि त्यांचे पालन करतील अशी नेत्याची प्रतिमा असणे अत्यंत आवश्यक आहे. हेच कारण आहे की आतापर्यंत भारतात कोरोनाविरूद्ध लढाईत फक्त भारतातच विजय झाला आहे. भारतातीत जनतेने त्यांच्या नेत्याला निराश केले नाही आणि कोरोना विरूद्धच्या युद्धात त्यांनी मोठे योगदान दिले आहे. १ अब्ज ३ ५ कोटी लोकसंख्या असलेल्या या देशातील परिस्थिती पहाता, तुम्ही कल्पना करू शकता की, येथिल कोरोना महामारीवर नियंत्रण नसते तर परिस्थिती किती भीषण झाली असती. करोडो लोकांना याचा फटका बसला असता आणि एकट्या भारतात लोखो लोकांना आपले प्राण गमवावे लागले असते.

भारताने कोरानोविरूद्ध लढलेल्या या युद्धातून अमेरिकेसारखा देशही धडा घेत आहे आणि भारतानेही केवळ अमेरिकाच नाही तर अनेक देशांना हायड्रोक्सीक्लोरोक्वीन औषध पाठवून मदत केली आहे. ज्याचे सर्वांनी कौतूक केले आहे. या काळात भारत जागतिक गुरूच्या भूमिकेत उदयास आला आहे., ज्याचे श्रेय मुख्यत्वे आपले पंतप्रधान नरेंद्र मोदी यांना जाते.

लॉकडाऊन आणि मंदी

जर आपण भारताबद्दल बोललो, तर भारत आयातीत चीनवर खूप अवलंबून आहे. भारत जगातून जी वीस उत्पादने आयात करतो, त्यापैकी बहुतांश उत्पादनांमध्ये चीनचा मोठा वाटा आहे. भारतातील सुमारे ४ ५ टक्के इलक्ट्रॉनिक आयात चीनवर अवलंबून आहे, तर सुमारे एक तृतियांश यंत्रसामग्री आणि काही भाग सेंद्रिय रसायने चीनमधून आयात केली जातात. मोटारचे सुटे भाग आणि खते देखील चीनमधून भारतात येतात आणि सुमारे ९ ० टक्के मोबाईल फोन चीनमधून भारतात येतात. म्हणून आपण म्हणू शकतो की कोरोना विषाणूच्या साथीमुळे, चीनवरील आयात अवलंबित्वाचा भारतीय उद्योग आणि व्यापारावर गंभीर परिणाम झाला आहे.

चीन हा भारताचा केवळ आयातीच्या बाबतीतच नाही तर निर्यातीच्या बाबतीतही सर्वांत मोठा व्यापारी भागीदार आहे, ज्याचा वाटा सुमारे ५ टक्के आहे. सेंद्रीय रसायने, प्लॅस्टिक, कापूस, मत्स्य उत्पादने, अयस्क इत्यादी क्षेत्रांवर त्याचा परिणाम होऊ शकतो. याशिवाय, अनेक भारतीय कंपन्या चीनमध्ये आहेत आणि औद्योगिक बांधकाम, उत्पादन सेवा. आयटी, रसायने, विमानसेवा आणि पर्यटन यांसारख्या अनेक क्षेत्रात कार्यरत आहेत. पण कोविड-१९ मुळे भारताच्या निर्यातीवरही मोठा परिणाम झाला आहे. केवळ चीनच नाही तर इतर देशांतून आयात-निर्यात मंदावली आहे, त्यामुळे देशाची अर्थव्यवस्था घसरली आहे.

त्याचवेळी संयुक्त राष्ट्रांच्या व्यापाराच्या ताज्या अहवालानुसार, कोरोना विषाणूच्या साथीमुळे जागतिक अर्थव्यवस्था मंदीत गेली आहे. काही ताज्या आणि अर्थतज्ज्ञांच्या अहवालानुसार, कोरोना विषाणूच्या साथीमुळे जगातील जवळपास सर्वच देशांच्या अर्थव्यवस्थेला मोठा फटका बसला आहे. यामुळे विकसनशील देशांमध्ये राहणाऱ्या जगातील दोन तृतियांश लोकांना प्रचंड आर्थिक नुकसान सहन करावे लागू शकते. एका अहवालानुसार या वर्षी जागतिक अर्थव्यवस्था मंदीत जाईल आणि त्यामुळे ट्रिलियन डॉलर्सच्या जागतिक उत्पन्नाचे नुकसान होईल आणि विकसनशील देशांसाठी ही गंभीर समस्या बनेल.

भारतासह सर्व देशांमध्ये लॉकडाऊन होता, त्यामुळे जग आर्थिक मंदीच्या गर्तेत होते. पण हा लॉकडाऊन कायमस्वरूपी रहाणार नाही. अर्थव्यवस्थेला उभारी देण्यासाठी बाजारपेठा उघड्या ठेवणे अत्यंत महत्त्वाचे होते. म्हणून काही दिलासा देत जगभरातील बाजारपेठा उघडल्या जात होत्या. भारतातही हे पाऊल उचलण्यात आले होते. रेड झोन, ऑरेंज झोन आणि ग्रीन झोन करून काही सवलती दिल्या जात होत्या. पण सध्या अर्थव्यवस्था पुन्हा पुर्वीसारख्याी करता येणार नाही, त्यासाठी वेळ लागेल. मग अशा परिस्थित काय करावे ? अशा परिस्थित पंतप्रधान मोदींनी केलेल्या घोषणा अत्यंत महत्त्वाच्या असून स्वच्छतेसोबतच फिजिकल अंतर ठेवण्यासाठी काही निर्णय घेण्यात आले आहेत. मास्क लावून, सॅनिटाइझर वापरून स्वच्छतेची काळजी घेऊन पुन्हा नव्याने सुरूवात केली पाहिजे. यामुळे किमान कोरोनाच्या विळख्यात येण्यापासून आपण वाचू शकतो.

अर्थव्यवस्थेचा विचार करता, आता लोकांना थोडीसी सूट देऊन बाजारपेठा खुल्या झाल्या आहेत, त्यामुळे बाजारपेठा चालवणे थोडे कठीण आहे. कारण कोरोना अजूनही

आपल्यामध्ये आहे आणि त्याचा संसर्ग पसरत आहे, त्यामुळे लोक अजूनही बाहेर जाणे आणि खरेदी करणे टाळत आहेत. याशिवाय जगभरातून आयात-निर्यात बंद आहे आणि ती सुरू झाली, तरी चीनसारख्या देशांना ते अधिक फायदेशीर ठरेल, जिथून आपण अधिक आयात करतो. त्यामुळेच पंतप्रधानांनी एक फार मोठी गोष्ट सांगितली आणि ती म्हणजे आत्मनिर्भरता, म्हणजेच आता सर्व गोष्टी आपल्या देशात निर्माण झाल्या पाहिजेत आणि इतर देशांवरील अवलंबित्व कमी झाले पाहिजे. अधिक निर्यात व्हायला हवी जेणे करून इतर देश आपल्यावर अवलंबून असतील, आपण इतर देशांवर नाही.

आत्मनिर्भरताः जुनी गरज

भारताचे पंतप्रधान श्री नरेंद्र मोदी यांनी पंतप्रधानपदाची सूत्रे हाती घेतल्यापासून गांधीच्या विचारांवर भर दिला आहे. त्यांच्या सरकारने स्वच्छ भारत अभियान, मुद्रा योजना, स्किल इंडिया मिशन इत्यादी अनेक योजना राबविल्या आणि या सर्व योजनांचा लाभ संपूर्ण भारतभर सर्वांना मिळाला आहे. परंतु यापैकी सर्वांत महत्त्वाची योजना म्हणजे 'मेक इन इंडिया' याचा उद्देश देशातील उत्पादन क्षेत्राला म्हणजेच आत्मनिर्भरतेला प्रोत्साहन देणे हा होता.

याला याप्रकारे समजून घेऊ. आपल्या भारतीयांमध्ये अशा अनेक खास गोष्टी आहेत ज्यामुळे आपण इतर देशांतील लोकांपेक्षा खूप वेगळे आहोत. इतर देशांच्या तुलनेत आपल्याकडे असलेली देशभक्तीची भावना खूप आहे. आपल्या सैन्याकडून आपल्या देशाचे रक्षण करण्यासाठी आपण नेहमी आपल्या महापुरूषांकडून शिकण्याचा प्रयत्न करतो आणि देशासाठी प्राण द्यायला सदैव तयार असतो. आपली संस्कृती, आपला धर्म आणि आपल्या परंपरेने आपल्याला नेहमीच एकमेकांना मदत करणे, कुटुंबात रहाणे, समाजात योगदान देणे हे शिकविले आहे. यामुळेच धर्म, जात, कृष्णवर्णीय अशा सर्व प्रकारच्या भावना पुसून टाकून आपण संकटसमयी एकत्र येतो. आपण देशात किंवा देशाबाहेर राहून देशाच्या विकासात हातभार लावतो. आपल्या देशाची लोकसंख्या इतकी आहे की आपण संपूर्ण जगासाठी एका मोठ्या बाजारपेठेच्या रूपात आहोत जिथे प्रत्येकाला आपला माल विकायचा आहे. पण बाहेरून का माल घ्यायचा, याचा विचार करतो का ? आपण आपल्या देशात सर्व गोष्टी बनवू शकतो आणि स्वावंलबी होऊ शकतो अशी गुणवत्ता आपल्याकडे आहे.

होय, आपण विचार करतो की आपण स्वावलंबी कधी होणार ? आपण चीनकडून वस्तू खरेदी करणे कधी थांबवणार ? इतर देशावरील आपले अवलंबित्व

कधी कमी करणार ? आपण आपला माल बाहेर कधी निर्यात करू शकू ? जीवनावश्यक वस्तू आपण आपल्याच देशात कधी बनवणार ? आपण चीन आणि अमेरिकेशी कधी स्पर्धा करू शकू ?

सरकारने अनेक योजना राबवून त्याची सुरूवात केली. वास्तवीक अर्थव्यवस्थेचा एक पैलू आहे, तो एकाच वेळी शिखरावर पोहचू शकत नाही. अचानक आपण स्वतःवर अवलंबून राहू शकत नाही. अचानक आपण इतर देशाकडून आयात-निर्यात कमी करू शकत नाही किंवा थांबवू शकत नाही, त्यासाठी थोडा वेळ लागतो. चीन, अमेरिका किंवा इतर युरोपिय किंवा मोठ्या विकसित राष्ट्रावर आपण अनेक गोष्टींवर अवलंबून आहोत हे खरे आहे. आपण निर्यातीपेक्षा चार पट अधिक वस्तू चीनला आयात करतो. त्यामुळे ही साधी बाब आहे, चीनसारख्या मोठ्या देशाला याचा खूप फायदा होतो. त्यांची अर्थव्यवस्था मजबूत आहे. त्यामुळेच सरकारचे लक्ष नेहमीच स्वावलंबनाकडे असते, पण हो, त्याला पूर्ण स्वरूप देण्याची सुरूवात अद्याप होऊ शकलेली नाही.

मोदी आहे, तर शक्य आहे

योजना सुरू होत्या अर्थव्यवस्था वाढत होती, सर्व काही ठीक होते, पण कोरोनाने सर्व काही उलटे केले. आता परिस्थिती अशी निर्माण झाली आहे की आपल्याला कोणत्याही प्रकारे स्वावंलबी व्हायचे आहे, तेही लवकरात लवकर, कारण ही परिस्थतीच तशी आहे. असे नाही की आपण आता आयात-निर्यात करीत नाही. आपण करू शकतो पण इतर देशांची स्थिती ठीक असेल तेव्हाच आपण ते करू शकू. सर्वच देश आर्थिक संकटाचा सामना करीत आहेत आणि जर त्यांचयाकडे काही कमी असेल तर ते आम्हाला कुठून देणार ? पण घसरलेली अर्थव्यवस्था वर काढण्यासाठी पंतप्रधानांनी खूप मोठे पाऊल उचलले आहे. ही अशी पायरी आहे ज्याबद्दल आपण नेहमी बोलतो, म्हणजे आत्मनिर्भरता. आणि यासाठी व्हाइरसमुळे आलेल्या या मंदीचा सामना करण्यासाठी पंतप्रधानांनी २० लाख कोटी रूपायांचा निधी जाहीर केला आहे. ज्यामुळे भारत स्वावलंबी होईल. म्हणजेच आता आपल्याला कोणत्याही प्रकारे इतर देशांवर अवलंबून रहाण्याची गरज नाही.

तेच तर आपल्याला हवे होते. असाच तर आपण विचार करीत होतो. यावर तर आपण चर्चा करीत असत की आपण चीनकडून वस्तू घेणे कधी बंद करणार ? अमेरिकेकडून माल घेणे कधी बंद करणार ? युरोपीय देशांच्या भरोशार किती दिवस

रहाणार ? ती वेळ आता आली आहे. हा पैसा आता अशा प्रकारे खर्च केला जाईल की आपण परदेशातून जो काही माल आयात करतो तो आता आपल्या देशातच तयार झाला पाहिजे. आपला पैसा बाहेर जाऊ नये. आपल्याला कोणत्याही देशांकडून काहीही विकत घेण्याची गरज नाही, उलट आपण तो बाहेर विकून पैसे कमवू शकतो, जसे विकसित राष्ट्रे करतात. स्वदेशीचा स्वीकार हे गांधीजींचे स्वप्नं होते आणि पंतप्रधान नरेंद्र मोदी यांनी याचा पाया घातला आहे.

नरेंद्र मोदीजी आणि विद्यमान भारत सरकार मोठे निर्णय घेण्यात माहिर आहेत. नोटाबंदी असो, कलम ३७० चा काश्मीरचा मुद्दा असो, सीएए असो, मोठे रखडलेले निर्णय असो. हे सगळे या विद्यमान सरकारने अत्यंत सक्षमपणे हाताळले आहेत. आजवर आपल्या सरकारवर भ्रष्टाचाराचा एकही अरोप झालेला नाही. आता हे २० लाख कोटींचे बजेट जे अर्थव्यस्थेला स्वावंलबी बनवून मजबूत करायचे आहे. हा आतापर्यंतचा सर्वांत मोठा ऐतिहासिक निर्णय आहे.

गरिबातील गरीबांचा विचार करून दिलेले हे पॅकेज मोदींना वेगळ्या प्रकारचे नेते बनवते. आज भारताच्या कोरोना संकटाचा सामना करण्यासाठी अवलंबवलेल्या उपाययोजना आणि पद्धतीमुळे पंतप्रधानांची प्रतिमा जगात उंचावली आहे. आज विकसित देश भारताकडून शिकत आहेत की एवढी माठी लोकसंख्या असूनही भारत सरकार आणि प्रत्येक भारतीय व्यक्तीने या महामारीचा कसा सामना केला. याचे सर्व श्रेय नेतृत्त्व क्षमतेला जाते, जे पंतप्रधान मोदींचे आहे. आज अमेरिका, रशिया, ब्रिटन यांसारखी मोठी विकसित राष्ट्रेही भारताकडे डोळे लाऊन बसली आहेत, त्यानांही मदतीची अपेक्षा आहे. भारताचे जागतिक नेते बनण्याच्या दिशेने हे पाऊल नाही तर काय आहे ?

अर्थव्यवस्थेची लस

पंतप्रधान नरेंद्र मोदी यांनी कारोना विषाणूच्या साथीमुळे देशाच्या ढासळलेल्या अर्थव्यवस्थेला पुन्हा चालना देण्यासाठी वीस लाख कोटी रूपायांचे आर्थिक पॅकेज जाहीर केले आहे. कोरोना वाइरसमुळे जगाची अर्थव्यवस्था कोलमडली आहे आणि आतापर्यंत या विषाणूवर कोणतीही लस उपलब्ध नाही. मात्र पंतप्रधानांनी जाहीर केलेले हे पॅकेज कोरानो विषाणूसाठी नसून कोरोनामुळे ढासळलेल्या अर्थव्यवस्थेसाठी लसीसारखे आहे. जगातील विविध देशांनी जाहीर केलेले हे सर्वांत मोठे आर्थिक पॅकेज आहे. पंतप्रधान नरेंद्र मोदी यांनी सागितले की, वीस लाख कोटी रूपायाचे हे पॅकेज देशाच्या सकल राष्ट्रीय उत्पादनाच्या (जीडीपी) १० टक्के इतके आहे. अशाप्रकारे हे

पॅकेज कोरोना विषाणूविरूद्ध लढणाऱ्या देशांनी जाहीर केलेल्या मोठ्या पॅकेजपैकी एक बनले आहे. एक प्रकारे, एखाद्या देशाचा जीडीपी हा त्या देशाचे आर्थिक आरोग्य जाणून घेण्याचे एक माप आहे, ज्या अंतर्गत एका दिलेल्या वेळी देशात बनलेल्या सर्व तयार वस्तू आणि सेवांची किंमत किंवा आर्थिक मूल्य येते. याव्यातिरिक्त, जीडीपी मध्ये खाजगी आणि सर्वाजनिक उपभोग, गुंतवणूक, सरकारी खर्च, खाजगी यादी, देयके-उत्पादन खर्च आणि व्यापारातील परदेशी शिल्लक यांचा समावेश होतो.

पंतप्रधान म्हणाले की, एका विषाणूने संपूर्ण जग उद्ध्वस्त केले आहे, संपूर्ण जग जीव वाचविण्यासाठी लढत आहे. मानवजातीसाठी हे अकल्पनीय आहे. ते म्हणाले, आपल्याला जगायचे आहे तसेच पुढे जायचे आहे. आपल्याला आपला संकल्प मजबूत करावाच लागेल आणि तो या संकटापेक्षा मोठा असेल. अर्थव्यवस्थेच्या विविध क्षेत्रांसाठी २० लाख कोटी रूपयांच्या आर्थिक पॅकेजची घोषणा करताना मोदी म्हणाले की, हे पॅकेज २०२० मध्ये आत्मनिर्भर भारताला नवी चालना देईल. पंतप्रधान नरेंद्र मोदी यांनी कोरोनाच्या काळात ५ व्यांदा देशाला संबोधित करताना २० लाख कोटींच्या आर्थिक पॅकेजची घोषणा केली. ही घोषणा करताना पीएम मोदी म्हणाले, जर हे पॅकेज भारताच्या जीडीपीच्या जवळ जवळ १० टक्के आहे. हे पॅकेज २०२० मध्ये देशाच्या विकासाच्या प्रवासाला नवी गती देईल. स्वावलंबी भारताचा संकल्प सिद्ध करण्यासाठी या पॅकेजमध्ये जमीन, तरलता, कामगार, कुटीर उद्योग, लघुउद्योग यासाठी बरेच काही आहे. हे पॅकेज देशातील त्या शेतकऱ्यासाठी आहे, जो रात्रंदिवस काम करतो. हे देशातील मध्यमवर्गीयांसाठी आहे. हे पॅकेज भारतातील उद्योजगांसाठी आहे. उद्यापासून पुढील काही दिवस अर्थमंत्री या आर्थिक पॅकेजची सविस्तर माहिती देणार आहेत.

१. पंत्रप्रधान श्री नरेंद्र मोदी म्हणाले की, आपल्या देशातील बंधू-भगिनींनी या कोरानाच्या काळात आपल्या सहनशक्तीचा उत्तम परिचय दिला आहे आणि भारतीय जनतेने निराश होऊ नये, असेही ते म्हणाले. पंतप्रधानांनी सर्वांच्या गरजा लक्षात घेऊन आर्थिक पॅकेज जाहीर केले.
२. पंतप्रधान श्री नरेंद्र मोदी यांनी या संकटात अर्थव्यवस्था रूळावर आणण्यासाठी आणि लोककल्याण लक्षात घेऊन २० लाख कोटी रूपायांचे पॅकेज जाहीर केले होते आणि या पॅकेजची घोषणा अर्थमंत्री निर्मला सितारमण यांनी सविस्तर पत्रकार परिषदेत केली.

३. या घोषनेनुसार, आर्थिक वर्षे २०१९-२० साठी प्राप्तिकर विवरणपत्र भरण्याची अंतिम तारीख ३० नोव्हेंबर २०२० पर्यंत वाढवण्यात आली आहे आणि त्याचप्रमाणे विवाह ते विश्वास योजनेची अंतिम तारीख ३० जूनपर्यंत होती, ती वाढवून ३१ डिसेंबर २०२० पर्यंत केली आहे.
४. टीडीएसद्वारे सरकार कर गोळा करते. टीडीएस ही अशी रक्कम आहे जी सरकार विविध प्रकारच्या उत्पन्नाच्या स्त्रोतामधून कपात केली जाते. या उत्पन्नाच्या स्त्रोतामध्ये पगार, कोणत्याही गुंतवणूकीवरील व्याज किंवा कमिशन इत्यादींचा समावेश होतो. पंतप्रधान नरेंद्र मोदी यांनी केलेल्या घोषणेमध्ये, करदात्यांना ३१ मार्च २०२१ पर्यंत टीडीएस कपातीत २५ टक्के पर्यंत सवलत देण्याची घोषणा करण्यात आली होती.
५. इमारत बांधकामाच्या बाबतीत एक नवीन सल्लाही जारी केला जाईल आणि सर्व प्रकारच्या प्रकल्पांना मार्चनंतर ६ महिन्यांची मुदतवाढ दिली जाईल.
६. वीज वितरण कंपन्यांना मदत करण्यासाठी आपत्कालीन तरलतेच्या स्वरूपात ९० हजार कोटींची रक्कम दिली जाईल.
७. कॅश क्रंच टाळण्यासाठी, नॉन-बँकिग फाइनान्स कंपन्या, मायक्रो फाइनान्स कंपन्या इत्यादी साठी ३० हजार कोटींची विशेष तरलता योजना देखील सुरू केली जात आहे.
८. आधीपासून सुरू असलेली योजना एनबीफसीकडे विस्तारीत केली जाईल आणि दुसरीकडे आंशिक क्रेडिट गॅरंटी योजना देखील कमी रेटिंग असलेल्या एनबीफसीला वाढवली जाईल.

ईपीएफवर मोठा दिलासा

कर्मचाऱ्यांचा फायदा होण्यासाठी आणि संस्थांची स्थिती सुधारण्यासाठी, अर्थमंत्री निर्मला सितारमण यांनी सांगितले की १२ ऑगस्टपर्यंत कंपनी आणि कर्मचाऱ्याकडून १२ टक्के रक्कम ईपीफओमध्ये जमा केली जाईल. याचा फायदा ७५ लाखांहून अधिक कर्मचारी आणि संस्थांना होणार असून मार्च, एप्रिल आणि मे महिन्यात सरकारने यात सहकार्य केले होते आणि ही सुविधा आणखी ३ महिन्यांसाठी वाढवण्यात आली आहे.

मात्र ही योजना काही अटींसह येत आहे. या अटींनुसार ज्या कंपन्यामध्ये १०० पेक्षा कमी कर्मचारी काम करतात आणि ९० टक्के कर्मचाऱ्यांचा पगार १५००० पेक्षा कमी असेल अशा कंपन्यांनाच त्याचा लाभ मिळणार आहे. त्यामुळे १५ हजारापेक्षा जास्त पगार घेणाऱ्या कर्मचाऱ्यांना त्याचा लाभ मिळणार नाही. १२ टक्के कर्मचाऱ्याऐवेजी १० टक्के ईपीफ कापला जाईल.

एमएसएमई साठी मोठी घोषणा

पंतप्रधान नरेंद्र मोदी यांच्या भाषणानंतर निर्मला सितारमन म्हणाल्या की एमएसएमई हा देशाचा कणा आहे आणि त्यातून १२ कोटी लोकांना रोजगार मिळतो. यासाठी एक मदत पॅकेज दिले जाईल, ज्यामध्ये या क्षेत्राला ३० लाख कोटींचे कर्ज दिले जाईल. त्याची कालमर्यादा ४ वर्षापर्यत असेल आणि १२ महिन्यापर्यंत कोणत्याही मुद्दलाची परतफेड करावी लागणार नाही. अर्थमंत्र्यांनी असेही सांगितले की एमएसएमईसाठी २० हजार करोडची तरतूद करण्यात आली आहे. याचा फायदा दोन लाखांहून अधिक तणावग्रस्त एमएसएमईंना होईल. मतद पॅकेजच्या पहिल्या टप्पयात, एमएसएमईवर लक्ष केंद्रित केले आहे, याशिवाय, एमएसएमईसाठी ५०,००० इक्विटीचा व्हिजन फंड प्रदान केला जाईल जेणेकरून ते योग्यरित्या कार्य करू शकतील आणि अर्थमंत्र्यानी सांगितले की हा निर्णय बराच विचारविनिमय केल्यांनतर घेण्यात आला आहे. आणि हे पॅकेज आपल्यादेशाला स्वावंलबी बनवण्याच्या दिशेने एक महत्त्वाचे पाऊल आहे आणि या पॅकेजला अंतिम रूप देण्यासाठी पंतप्रधान श्री नरेंद्र मोदी देखील प्रत्येक बैठकीत सहभागी झाले आहेत. अर्थमंत्री निर्मला सितारमन यांनी सांगितले की एमएसएमई सूक्ष्म लघु आणि मध्यम उद्योगाची व्याख्या बदलण्यात आली आहे. त्याची गुंतवणूक मर्यादा देखील बदलली आहे आणि एक कोटी गुंतवणूक किंवा १०कोटी उलाढालीवर सूक्ष्म उद्योगाचा दर्जा दिला जाईल. तसेच १० कोटी गुतंवणूकीला किंवा ५० कोटी उलाढालीला लघु उद्योगाचा दर्जा दिला जाईल आणि २० कोटी गुतवणूक किंवा १०० कोटी उलाढालीला मध्यम उद्योगाचा दर्जा दिला जाईल तसेच निर्मला सितारमन यांनाही हे पण सांगितले की सध्या कोणतेही व्यापार मेळावे आयोजित केले जाणार नाहीत. तसेच निर्मला सितारमन यांनी सांगितले की २०० कोटीपर्यंतचे कोणतेही टेंडर जागतिक स्तरावर केले जाणार नाही आणि एमएसएमई बाजाराशी जोडले जातील आणि सरकार ४५ दिवसांच्या आत एमएसएमई पेमेंट करेल. अर्थमंत्र्याच्या म्हणण्यानुसार २० लाख कोटींच्या

पॅकेजमध्ये सूक्ष्म, लघु आणि मध्यम उद्योगांना तीन लाख कोटी रूपये दिल जातील आणि यामध्ये हमीशिवाय कर्ज दिले जाईल, ३१ ऑक्टोबर २०२० पर्यंत हे लागू असेल.

अर्थमंत्र्यांच्या म्हणण्यानुसार कोरोनामुळे उदभवलेल्या आर्थिक संकटामुळे एमएसएमई सध्या तणावाखाली आहे आणि हे टाळण्यासाठी २०,००० कोटी रूपायांची रोकड अधिनस्थांच्या माध्यमातून जमा केली जाईल आणि एमएसएमईंना मदत केली जाईल. एमएसएमई सक्षम आहे, पण कोरोनामुळे आलेले संकट टाळण्यासाठी आणि या छोट्या व्यावसायिकांच्या विस्तारासाठी १०,००० कोटींचा निधीही मदत म्हणून दिला जाणर आहे, असे अर्थमंत्र्यांनी सांगितले. सार्वजनिक क्षेत्रातील बँकांचा आधार जोडणे आणि बँकांचे पुनर्भांडवलीकरण यासाठीही काम केले जाईल. ४१ कोटी जनधन खातेदारांच्या खात्यावर डीबीटी हस्तांतरीत केला जाईल, अशी माहितीही अर्थमत्र्यानी दिली. २० लाख कोटीच्या पॅकेज संदर्भात जी चर्चा झाली, त्यात पंतप्रधानाशिवाय इतर संबंधित कार्यालय देखील चर्चेत सहभागी होते.

स्थलांतरीत मजूरांसाठी केली घोषणा

पतंप्रधान श्री नरेंद्र मोदी यांनी स्थलांतरीत मजूरांना पुढील २ महिन्यांसाठी मोफत रेशन आणि त्यांच्या देखभालीसाठी ११००० रूपये देण्याची घोषणा केली. जे मजूर आपापल्या राज्यात परतले आहेत त्यांना ही रक्कम देण्याची घोषणा केली आहे. या घोषणेनुसार स्थलांतरीत मजूर, रस्त्यावर माल विकणारे छोटे शेतकरी आणि दैनदिन काम करून आपला उदरनिवार्ह करणाऱ्या लोकांना महत्त्व देण्यात आले आहे. ९ टप्प्यात केलेल्या या भागात विचित्र नोकऱ्या करणाऱ्या स्थलांतरीत मजूर आणि शेतकरी यांचा समावेश करण्यात आला आहे. जे मूजर अन्न सुरक्षा कायद्याच्या कक्षेत येत नाहीत आणि ज्यांच्याकडे शिधापत्रिका नाहीत त्यांनाही या योजनेचा लाभ दिला जाणार आहे. अशा आठ कोटी स्थलांतरीत मजुरांसाठी ३५ हजार कोटींची तरतूद करण्यात आली आहे.

या घोषणेनुसार पुढील महिन्यासाठी प्रत्येक कामगार कुटुंबाला पुढील २ महिन्यांसाठी ५-५ किलो गहू, तांदूळ, १ किलो हरभरा आणि इतर जीवनाश्यक अन्नपदार्थ दिले जातील. वन नेशन-वन रेशन कार्ड योजनेतंर्गत मजूर देशाच्या कोणत्याही कानाकोपऱ्यात असला तरी तो कुठेही जाऊन स्वतःसाठी रेशन घेऊ शकतो आणि

याचा लाभ इतर राज्यांत जाणाऱ्या स्थलांतरीत मजूरांनाही मिळेल, जे रोजगारासाठी दुसऱ्या राज्यात जातात. जे स्थलातंरीत मजूर आपल्या राज्यात परत गेले आहेत त्यांच्या मदतीसाठी आतापर्यंत १०००० करोड रूपये देण्यात आले आहेत. सरकारचा असा प्रयत्न आहे की स्थलातंरीत मजूर तसेच शहरी गरीब यांना कमी किमतीत भाड्याचे घर मिळावीत. त्यांना खाद्य पदार्थ मिळावेत आणि त्यासाठी राज्य सरकार आणि उद्योगपती योगदान देतील, असा सरकारचा प्रयत्न आहे. या कामासाठी मार्च, २०२१ पर्यंतचे उद्दिष्ट ठेवण्यात आले असून पीपीपी (पब्लिक प्राइव्हेट पार्टनरशिप) अंतर्गत त्याची व्यवस्था केली जाईल.

असंघटीत क्षेत्रात काम करणाऱ्या मजूरांपैकी केवळ ३० टक्के मजूरांना मजूरीचा लाभ घेता येतो आणि त्यांना मोठ्या गैरसोयीचा सामना करावा लागतो, त्यामुळेच अधिकाधिक मजूरांना कायद्याचा आणि प्रादेशिक असमानतेचा लाभ घेता यावा यासाठी सरकारने अशी पावले उचलली आहेत. संपत्ती किंवा किमान वेतनाच्या नियमाला कायदेशीर स्वरूप देण्यासाठी प्रयत्न केले जातील. मजूरांना एक नियुक्तीपत्र दिल्या जाईल ज्यानुसार त्यांना वर्षातून एकदा हेल्थ चेकअप करणे अनिवार्य असेल पण हे नियम खास करून खतरनाक परिस्थितीत काम करणाऱ्या मजूरांना लक्षात ठेवून बनवण्यात आले आहे. मजूरांना ग्रामीण भागातली मदत १८२ प्रतिदिन वरून वाढवून २०२ प्रतिदिन करण्यात आली आहे.

नाबार्ड (नॅशनल बँक फॉर ॲग्रिकल्चर अँड रूरल डेव्हलपमेंट) ने ग्रामीण आणि सहकारी बँकाना २९५०० ची मदत दिली आहे आणि ३ कोटी शेतकऱ्यांना मदत करण्यासाठी २५ लाख क्रेडिट कार्ड दिले आहेत आणि लॉकडाऊनच्या काळातही सामान्य लोकांची गैरसोय होऊ नये, रस्त्यावरील विक्रते आणि छोट्या नोकऱ्या करणाऱ्या लोकांसाठी ५००० कोटी रूपायांची मदतही जाहीर करण्यात आली आहे. या घोषनेनुसार प्रत्येक व्यक्तीला १०००० पर्यंतचे कर्ज आणि ही योजना सरकार १ महिन्याच्या आत लागू करेल आणि ५० लाख लोकांना त्याचा फायदा मिळेल. ग्रामीण आणि आदिवासी भागात रोजगार वाढविण्यासाठी ६००० कोटी रूपायांचा कॅम्पा निधीही जाहीर करण्यात आला असून ही योजना निमशहरी भागातही लागू केली जाईल. सुमारे तीन कोटी लहान आणि अल्पभूधारक शेतकऱ्यांसाठी ३०,००० कोटी रूपायांची अतिरिक्त सुविधाही जाहीर करण्यात आली आहे आणि ही रक्कम नाबार्डने दिलेल्या ९०,००० कोटी रूपायापेक्षा वेगळी आहे. प्रादेशिक आणि सहकारी

बँका शेतकऱ्यांना मदत करतील आणि ३०,००० आपत्कालीन खेळते भांडवल निधी शेतकऱ्यांना उपलब्ध करून दिला जाईल. पशुपालन आणि मासेमारी व्यवसायात गुंतलेल्या शेतकऱ्यांना सवलतीच्या दरात कर्ज देण्यासाठी २ लाखांची तरतूद करण्यात आली आहे.

मध्यमवर्गासाठी केली मोठी घोषणा

मुद्रा शिशु कर्जाच्या श्रेणीत येणाऱ्यासाठी आतापर्यंत १,६२,००० कोटी रूपये खर्च करण्यात आले असून येत्या काळात ३ कोटी लोकांना १५०० कोटी रूपायांचा लाभ मिळणार आहे तसेच त्यावरील २ टक्के व्याजाचा भार सरकार सहन करील. गृहनिर्माण क्षेत्राला चालना देण्यासाठी सरकारने ७० हजार कोटींची योजना जाहीर केली आहे. आणि योजना ३१ मार्च २०२१ पर्यंत वाढवण्यात आली आहे. त्याचा फायदा अडीच लाख लोकांना मिळणार आहे. गेल्या २ महिन्यात कृषी क्षेत्रात ८६ हजार कोटी रूपायांचे ६३ लाख कर्ज मंजूर करण्यात आले.

मार्च आणि एप्रिल हे महिने अर्थव्यवस्थेसाठी आणि शेतकऱ्यांसाठी खूप महत्त्वाचे आहेत, हे आपल्या सर्वांना माहित आहे. दरम्यान सरकारने हा निर्णय घेतला आणि ३ कोटीहून अधिक शेतकऱ्यांनी कमी दराचा आणि कमी दरात दिलेल्या कर्जाचा लाभ घेतला. सरकार स्वखर्चाने शहरामध्ये राहणाऱ्या लोकांना अन्न पुरवठा करीत आहे ज्यांच्याकडे स्वतःचे घर नाही आणि करोडो स्थलांतरीत मजुरांना कामही दिले जात आहे. कोरोना संकटाच्या या काळात १२००० स्वयंसेवी गटांनी ३ कोटीहून अधिक मास्क, १.२ लाख लिटर सॅनिटाइझर आणि ७२०० नवीन स्वयंसेवी गट तयार केले. पंतप्रधान श्री नरेंद्र मोदी म्हणाले की, २० लाख कोटी रूपायांचे पॅकेज जाहीर करण्यात आले असून त्यात कोरानाशी लढण्यासाठी घोषित केलेल्या उपाययोजनांचाही समावेश आहे.

अंदाज आणि तयारी

कोरोनाच्या संकटाचा सामना करण्यासाठी केंद्र सरकारने मार्चमध्येच तयारी सुरू केली होती. खासदारांचे पगार कमी करण्यात आले, खासदारांचा क्षेत्र विकास निधीही २ वर्षांसाठी बंद करण्यात आला आणि अशा अनेक उपाययोजना आणि धोरणं सुरू करण्यात आल्या, जेणे करून देशाला कोरोनाच्या संकटातून बाहेर काढता येईल. ही सर्व पावले संसाधने एकत्रित करण्याच्या आणि कोरोनापासून मुक्त होण्यासाठी

घोरणाचा एक भाग असली पाहिजेत, राजकारणी, उद्योगपती, कर्मचारी, व्यापारी, शेतकरी, मजूर या सर्वांनी राष्ट्र उभारणीत योगदान देणे आवश्यक आहे. राष्ट्र उभारणी ही कोणा एका विशिष्ट व्यक्तीची जबाबदारी नसून ते देशातील प्रत्येक नागरीकांचे परम कर्तव्य आहे. आपल्याला माहीत आहे की जेव्हा आपण आपले मौल्यवान मत एखाद्या नेत्याला देतो तेव्हा आपण आपल्या सुरक्षिततेचा आणि जबाबदारीचा विश्वास त्याच्यावर दाखवतो, परंतु ज्या क्षणी आपल्याला हक्क मिळतो त्याच क्षणी आपल्यावर काही जबाबदाऱ्याही येतात हे आपण नेहमी लक्षात ठेवले पाहिजे. देशाचे जबाबदार नागरीक या नात्याने स्वावलंबी होणे आणि आपल्या जबाबदाऱ्या समजून घेणे हे आपले कर्तव्य आहे. कोणत्याही गरीबाला उपाशी झोपू देऊ नका आणि आपण गरीबांना जमेल तेवढी मदत केली पाहिजे आणि स्वतःला स्वावलंबी बनवण्यासाठी त्याच प्रमाणात मदत केली पाहिजे कारण राष्ट्र उभारणी किंवा राष्ट्रहित हे एका व्यक्तीचे काम नाही. एखादी व्यक्ती आपल्याला नेतृत्त्व देऊ शकते आणि दिशा दाखवू शकते, परंतु त्या योग्य दिशेने आपली पावले टाकणे आणि राष्ट्रहितासाठी स्वावलंबी बनणे आणि आपली आपल्या देशवासियांची काळजी घेणे ही पूर्णपणे आपली जबाबदारी आहे. त्यामुळे स्वावलंबी संबोधन करून पंतप्रधान श्री नरेंद्र मोदी यांनी देशाला स्वावलंबी व जागृत होण्याचा संदेश दिला आणि हवे तर काय करू शकत नाही हा विश्वास जनतेच्या मनात रुजविण्याचा प्रयत्न केला.

काय गरजेचे आहे आणि काय नाही

कोरोना संकटाची व्याप्ती लक्षात घेता, आपल्या देशात आर्थिक आणीबाणी लादणे खूप महत्त्वाचे आहे. या संकटात सरकारला स्मार्ट सिटी बुलेट ट्रेनसारख्या महागड्या प्रकल्पांचे काम पुढे ढकलून आपली संपूर्ण बचत आणि निधी ग्रामस्वराज्य प्रकल्प आणि गरिबांच्या कल्याणासाठी गुतंवावा लागेल. गांधीजींनी एकदा म्हटले होते की, भारत खेड्यात रहातो, भारताची लोकसंख्या जाणून घ्यायची असेल तर तर खेडी जाणून घेणे आवश्यक आहे आणि स्वातंत्र्याच्या ७३ वर्षांनंतरही ही गोष्ट तितकीच समर्पक आणि खरी आहे. देशाची स्थिती बळकट करायची असेल तर गावांची स्थिती मजबूत करावी लागेल, हे आपण जाणून घेतेल पाहिजे. उद्योगाचा व्यापक विस्तार असूनही, भारताची अर्थव्यवस्था मुळात शेतीवर आधारीत आहे हे आपण विसरू नये. देशाची दोन तृतियांश लोकसंख्या शेती आणि संबंधीत कामावर आपला उदरनिवार्ह करते आणि त्यावर अवलंबून रहाते. भारतात शेतकरी आणि खेडी खूप महत्त्वाची

आहेत आणि कुठेतरी तो वर्गही उपेक्षित वाटतो. शेतकऱ्यांना बिनकामाची कामे करावी लागतात आणि तुटपुंज्या वेतनाच्या शोधात त्यांना गावोगावी शहरांकडे जावे लागते. त्यामुळे स्थलांतर करणाऱ्यांची संख्या दिवसेंदिवस वाढत आहे. आपल्या सर्वांना माहित असणे आवश्यक आहे की गावाची स्थिती रहाण्योग्य आणि शुद्ध केली पाहिजे आणि महात्मा गांधीजींनी सांगितलेल्या ग्राम स्वराज्याच्या मूलभूत घटकांचे पालन केले पाहिजे जसे की समता, स्वावलंबन, स्वदेशी विकेंद्रींकरण आणि सर्वधर्म समभाव इ.

त्यामुळे आपण सर्वांनी समजून घेतले पाहिजे की, कोरोनाच्या या संकटात सिटी बनवण्यापेक्षा गावांना स्वयंपूर्ण बनवण्याचे काम अधिक आहे. ग्रामीण अर्थव्यवस्थेला बळकटी द्यावी लागेल आणि गावातील लोकांचे स्थलांतर थांबावे म्हणून त्यांच्या उपजीविकेची व्यवस्था करावी लागेल. यामुळे शहरी वातावरणातही प्रदुषण, गुन्हेगारी आणि वाहतूक यांसारखे आजार दूर होऊ शकतात. आपल्या देशात एकिकडे समृद्धी आहे आणि दुसरीकडे अभावाचे अथांग खड्डे आहेत आणि ही विषमता मिटवून देशाला समतेकडे घेऊन जाण्याची वेळ आली आहे. या काळात आपल्याला नवीन मॉडेल स्वीकारण्याची गरज आहे. जिथे भारताची अर्थव्यवस्था विकसित झाली आहे, तिथे तिचा आंतरराष्ट्रीय स्तरावर विस्तार झाला पाहिजे आणि त्यासोबतच भारतची प्रतिष्ठाही उंचावली पाहिजे. आतापर्यंत ज्याप्रकारे कोरोनाला आपल्या देशात वाढण्यापासून रोखण्यात आले आहे, त्यामुळे भारताची विसार्हता वाढली आहे आणि आपल्या देशाने दाखवलेल्या अभूतपूर्व क्षमतेचे सर्वांकडून कौतूक होत आहे. भारत विश्वगुरू बनण्याच्या दिशेने वाटचाल करीत आहे आणि या दिशेने या पावलाला साथ देणे आणि आपली मुळे मजबूत करण्याचा प्रयत्न करणे हे आपले सर्वांचे कर्तव्य आहे.

पंतप्रधानांचे संबोधन

गेल्या दोन महिन्यात पंतप्रधांनानी चार वेळा विशेष पद्धतीने देशाला संबोधित केले. त्यांच्या भाषणाच्या आदल्या दिवशी ते सर्व राज्यांच्या मुख्यमंत्र्यांशी व्हिडिओ कॉन्फरसिंग करतात आणि त्यांनतर ते देशाला संबोधित करतात. पंतप्रधान श्री नरेंद्र मोदी म्हणाले की, जगाला कोरोना संसर्गविरूद्ध लढा देण्यासाठी ४ महिन्यांहून अधिक काळ झाला असून जगभरात ४२ लाखांहून अधिक लोकांना कारोनाची लागण झाली आहे. ३.५ लाखांहून अधिक लोकांचा दुःखद मृत्यू झाला आहे आणि आपल्या देशातही अनेकांनी आपले जवळचे आणि प्रियजन गमावले आहेत. या विषाणूने जग उद्धवस्त केले आहे आणि संपूर्ण जग त्याच्याशी युद्धपातळीवर लढण्यात गुंतले आहे. असे संकट आपण कधीही पाहिले किंवा ऐकले नाही आणि निश्चितच हे मानवी

संस्कृतिसाठी अकल्पनीय आणि अभूतपूर्व संकट आहे. पण माणसाला खचून जाणे, पराभूत होणे, तुटणे, किंवा विखुरणे हे मान्य नाही. म्हणूनच, सावध राहून आणि सर्व नियमांचे पालन करून, आपण सर्वांनी बचावही करायचा आहे आणि पुढे पण जायचे आहे. आज जेव्हा संपूर्ण जग संकटात सापडले आहे, तेव्हा आपल्याला आपला संकल्प मजबूत करावा लागेल. स्वतःला बळकट करून पुढे जायला हवे. आपला संकल्प या संकटापेक्षा मोठा असेल.

एकविसावे शतक हे भारताचे आहे असे आपण गेल्या शतकापासून सतत ऐकत आलो आहोत. करोनानंतर जगात जी परिस्थिती निर्माण झाली आहे त्यावरून आपण पाहू शकतो की आज आपण खरोखरच अशा मार्गावर आहोत जिथे आपण आपल्या देशाला खूप पुढे नेऊ शकतो. आपल्या देशाने या आपत्तीचे संधीत रूपातंर केले आहे आणि भारताकडे एक प्रभावी दृष्टी असणे आवश्यक आहे. आपल्या देशाची संस्कृती स्वावंलबनाबद्दल बालते, ज्याचा आत्मा वसुधैव कुटुंबकम' आहे. जगाच्या प्रगतीमध्ये भारताच्या प्रगतीचा समावेश करण्यात आला आहे आणि महामारी कोणत्याही प्रकारची असो, त्याचा संपूर्ण जगावर परिणाम होतो, परंतु भारताने उचललेल्या पावलांचे जाहीर कौतूक होत आहे. पंतप्रधान श्री मोदी म्हणाले की, काही काळापुर्वीपर्यंत आपल्याकडे कोरोनासाठी उपयुक्त संसाधने नव्हती, परंतु आज आपल्याकडे सर्व संसाधने आहेत. आपल्याकडे सर्वोत्तम प्रतिभा आहे, आपण सर्वोत्तम उत्पादन बनवू शकतो. आपण पुरवठा साखळी मजबूत आणि आधुनिक करू शकतो आणि आपण ते नक्की करू. पंतप्रधानांनी कच्छच्या भूकंपाच्या दिवसांची आठवण करून दिली आणि सांगितले की, त्यावेळी सर्व काही कोलमडले होते, जणू काही संपूर्ण कच्छ मृत्यूच्या चादरीत झोपला होता आणि परिरिस्थती पुन्हा सामान्य होईल याची कोणी कल्पनाही करू शकत नव्हते, परंतु आज परिस्थिती सामान्य झाली आणि कच्छ उभा राहिला. म्हणूनच मी तुम्हाला सांगू इच्छितो की जर आपण दृढनिश्चय केला तर काहीही कठीण नाही. पंतप्रधान श्री नरेंद्र मोदी यांनी सांगितले की भारताचे पाच रस्ते आहेत जे मूलभूत आहेतः

१. अर्थव्यवस्था, २. पायाभूत सुविधा

३. स्वतःची व्यवस्था, ४. आपली लोकसंख्या

५. मागणी

भारताचे ध्येय

यावेळी भारताने भौतिक विकासाऐवेजी संस्कृतिच्या विकासाला प्राधान्य देण्याची गरज आहे. भारतीय संस्कृती भौतिकवादी कधी नव्हती. वास्तवात ती मानवी मूल्यवादी आध्यात्मिक संस्कृती आहे. भारताला पुन्हा एकदा आपल्या मूळ संस्कृतीकडे जात आणि विकासाचा एक पर्यायी मॉडेल जगासमोर ठेवायला हवे. या पर्यायी मॉडेलने जागतिककीकरणाऐवेजी स्थानिकीकरणावर भर दिला पाहिजे. गेल्या महिन्यात पंचायती राज दिनानिमित्त पंतप्रधान नरेंद्र मोदी यांनी आपल्या एका महत्त्वाच्या भाषणात ग्राम स्वराज्य स्थापनेवर भर दिला होता, तसेच भविष्यात 'मेक इन इंडिया' हा भारतीय अर्थव्यस्थेचा आधार बनवण्याचा संकल्पही त्यांनी केला आहे. हे ब्रीदवाक्य अधिक अचूक आणि अर्थपूर्ण करण्यासाठी 'मेक इंन इंडिया' ची गरज आहे. गावांना स्वावलंबी बनवण्याची सुरूवात केली जाऊ शकते.

आज भारतातील खेडी ही शहरी जीवनशैली आणि जीवन मूल्यांची कचरा कुंडी बनली आहे. गावातून स्वावलंबन, समाज आणि मानवी मूल्य लोप पावत चालली आहेत. ग्रामीण जीवनाच्या या मूलभूत मूल्याचे अपहरण आधुनिक संस्कृतीने केले आहे. आज गाव ईर्षा-द्वेष आणि क्लेशाचा आखाडा बनले आहे. ते विकृती, विद्रप आणि व्यक्तीवादाच्या नवोदित महासागर आहे. आता ग्राम्य-संस्कृतीला मान्यता देणाऱ्या प्राचीन मूल्यांकडे परत जाण्याची सुवर्णसंधी आहे. समतोल आणि सतत विकास, मर्यादित उत्पादन आणि मर्यादित वापर हाच भविष्याकडे जाण्याचा मार्ग आहे.

भारताला विकासाची व्याख्या करताना पाश्चिमात्य देशांकडे पाहणे बंद केले पाहिजे. भारतातील उपासमार, बेरोजगारी आणि गुन्हेगारी यांसारख्या समस्याचे निराकरण केवळ ग्राम-आधारीत कुटीर उद्योगांचे पुनरूज्जीवन करून आणि लघु आणि मध्यम उद्योगांना बळकट करूनच होऊ शकते. या उद्योगांची ताकद समृद्धीसाठी आहे. यातून अंत्योदयही शक्य होणार आहे. आधुनिक राज्य उपेक्षितांची चिंता करून स्वतःला सिद्ध करते.

लोकल पण व्होकल

कोरोना वाइरस महामारीने जगाच्या अर्थव्यवस्थेला आपल्या विळख्यात घेतले. अशा स्थितीतही पंतप्रधान मोदींनी ही वेळ सकारात्मक दृष्टीने पाहिली आणि या

वेळेचा भारतासाठी संधी म्हणून वापर करण्याचे त्यांचे धोरण आहे. पंतप्रधानांनी राष्ट्राला उद्देशून भाषण केले आणि देशाला आत्मनिर्भर बनवण्यासाठी पहिल्यांदाच 'लोकल पण व्होकल' ची घोषणा दिली.

पंतप्रधान नरेंद्र मोदी म्हणाले की, या महामारीच्या काळात स्थानिकने आपल्याला वाचविले आहे. स्थानिक पातळीवर उत्पादित केलेल्या उत्पादनांनी पुढे जाण्याचा मार्ग दाखवला आहे, स्वावलंबी होण्याचा मंत्र आपण बनवला पाहिजे. 'मेक इन इंडिया'ला बळकटी द्यावी लागेल आणि हे सर्व केवळ आत्मनिर्भरता आणि आत्मविश्वासानेच शक्य होईल. पंतप्रधान पुढे म्हणाले, काळाची मागणी आहे की प्रत्येक स्पर्धेत भारताने जिंकावे. यासाठी सरकार जाहीर करीत असलेल्या आर्थिक पॅकेजमध्ये अनेक तरतुदी करण्यात आल्या आहेत. यामुळे क्षमता वाढेल, गुणवत्ता सुधारेल. स्थानिक उत्पादनांच्या बाबतीत खादी आणि हातमागाचे उदाहरण देत पंतप्रधान म्हणाले, मी जेव्हा तुम्हाला ही उत्पादने खरेदी करण्याचा आग्रह केला, तेव्हा या उत्पादनाच्या विक्रिने विक्रमी पातळी गाठली. त्याचे खूप चांगले परिणाम मिळाले. अर्थव्यवस्था ढासळली आहे. अशा परिस्थितीत पंतप्रधानांनी नवी उमेद जागवण्याचा नवा नारा दिला आहे.

आपले खंबीर नेतृत्त्व

आपला भारत देश इथपर्यंत सहज पोहचू शकला नाही. जागतिक स्तरावर ठसा उमटवणे हा सोपा मार्ग नाही. उत्तम नेतृत्त्व, उत्तम प्रामाणिक नेतृत्त्व यामुळेच हे शक्य झाले. पंतप्रधान नरेंद्र मोदी यांच्याकडे नेतृत्त्व क्षमता आहे, ज्यामुळे भारत जागतिक नेता बनण्याच्या दिशेने वाटचाल करीत आहे. पण त्यांचा मार्ग इतका सोपा नव्हता. एका साध्या कुटुंबात जन्मलेला, स्टेशनवर चहा विकणारा, देशासाठी आपल्या घराचा आणि कुटुंबाचा त्याग करणारा महान नेता, भूमीशी नाळ जोडलेले आपले पंतप्रधान नरेंद्र मोदी यांनी लोकांमध्ये स्वतःची अशी ओळख निर्माण केली की मध्यमवर्गीय असो, लहान मुले असो, प्रत्येकजण त्यांचा आदर करतो. याच कारणामुळे लॉकडाऊन काळात अनेकदा संबोधनासाठी आलेल्या प्रत्येकवेळी आपल्या देशातील तरूणांना आणि लोकांना वेगवेगळया प्रकारे प्रेरित केले आणि त्यांनी जो काही आग्रह आणि विनंती केली, भारतीय जनतेने त्यांना पूर्ण पाठिंबा दिला. टाळया वाजवून डॉक्टरांना प्रोत्साहन देणे असो किंवा दिवे लावून त्यांचा सन्मान करणे असो. आधुनिकता आणि परंपरेचा अशाप्रकारे वापर करणे हे नरेंद्र मोदींचे वैशिष्ट्य राहिले आहे.

योग आणि आयुर्वेद जगभर लोकप्रिय करण्याची संपूर्ण भूमिका नरेंद्र मोदी यांच्याकडे जाते. त्यांच्या सरकारच्या काळातच २१ जून हा दिवस जगभरात योग दिवस म्हणून साजरा करण्याचे सांगण्यात आले आणि संपूर्ण जग हा दिवस साजरा करते. नरेंद्र मोदीमध्ये ती क्षमता आहे, असे आपण म्हणू शकतो, ज्यामुळे आज संपूर्ण देश, संपूर्ण जग त्यांचे कौतूक करीत आहे. डोनाल्ड ट्रम्प यांच्यासारखे दिग्गज नेतेही नरेंद्र मोदींना आपले मित्र मानतात.

ही फक्त सुरूवात आहे, पुढचा रस्ता सोपा असणार नाही. अर्थव्यवस्था सध्या विस्कळीत आवस्थेत आहे. त्यासाठीचा २० लाख कोटी रूपायांचा प्रास्तावित अर्थसंकल्प अद्याप वापरला गेला नाही. त्यामुळे हळूहळू ती योग्य स्थितीत येईल, पण त्यासाठी संयम बाळगावा, प्रतिक्षा करावी लागेल. कठोर परिश्रम करावे लागतील, सरकारला पाठिंबा द्यावा लागेल आणि पंतप्रधानांना प्रत्येक निर्णयावर पाठिंबा देऊन त्यांचा आदर आणि समर्थन करावे लागेल. एकटे पंतप्रधान काहीही करू शकत नाहीत. त्यांची देशातील १३५ कोटी जनतेची गरज आहे. ज्याप्रमाणे त्यांनी सर्वस्वाचा त्याग करून आपले जीवन या देशासाठी अर्पण केले आहे, त्याचप्रमाणे आपणही किमान तेवढेच करावे जे सरकारने घेतले आहे. सहजतेने आणि योग्यरित्या निर्णयाचे अनुसरण करा. तरच पंतप्रधानांचे स्वप्नं, प्रत्येक देशवासीयांचे स्वप्नं पूर्ण होईल. पण हो, आता कितीही अडचणी किंवा संकटे येत असली तरी येणारा काळ चांगलाच असणार हे नक्की.

आपण सर्वजण सहमत आहोत की काही लोकांचा प्रभाव असा असतो की तुम्हाला त्यांच्या व्यक्तीमत्त्वावर खूप विश्वास बसू लागतो आणि तुम्ही त्यांचे समर्थक नसलात तरी तुम्हाला त्यांचे एकदा ऐकायला नक्कीच आवडेल. त्यांचं व्यक्तीमत्त्वही तसेच आहे. पंतप्रधान श्री नरेंद्र मोदी यांचे व्यक्तीमत्त्व त्यांच्यासारखेच आहे की कोणताही व्यक्ती त्यांच्या शब्दांवर आवश्य विचार करील. त्या व्यक्तीचे शब्द ऐकून, त्यांची संभाषणाची पद्धत आणि तार्किक तथ्ये पाहून कोणताही व्यक्ती विश्वास ठेवू लागतो. तसेच मोदीजी एक असे सरळ, इमानदार तसेच आत्मविश्वासपूर्ण व्यक्ती आहेत की त्यांच्यावर लोकांचा आपोआपच विश्वास बसतो. असे हजारो, लाखोंच्या संख्येने लोक आहेत, ज्यांनी राजकीय पक्षाच्या मर्यादेपलिकडे जाऊन केवळ मोदीजींच्या व्यक्तिमत्त्वाने प्रभावित होऊन त्यांना त्यांचा नेता म्हणून निवडले आणि मोदीजी नेहमीच त्यांच्या सर्व आव्हानांना सामोरे गेले.

अशाप्रकारे, आपण विश्वास ठेवू शकतो की पंतप्रधान नरेंद्र मोदी हे एक असे व्यक्तीमत्त्व आहे, ज्यांची आज्ञा पाळण्यात आणि ऐकण्यात लोकांना आनंद होतो

आणि त्यांच्या शब्दांचे पालन केल्याबद्दल कोणालाही पश्चाताप होत नाही. त्यांनी नेहमीच देशाला दिले आहे आणि ते देशाच्या प्रगतीत झपाट्याने पुढे जात आहेत आणि आपण सर्वांनी सहकार्य करावे असे आवाहन ते सातत्याने करीत आहेत आणि त्यांच्या या प्रतिभावान ओळखीला आपण सर्वांनी आपल्या हृदयात स्थान देतो.

आपले कर्तव्य

आपणा सर्वांना माहीत आहे की कोरोना वाइरसने संपूर्ण जग उद्धवस्त केले आहे. त्याने मोठ्या लोकसंख्येचा जीव धोक्यात टाकला आहे आणि सर्वजण त्यांचे जीव वाचविण्यासाठी लढत आहेत. आरोग्यासोबतच आर्थिकदृष्ट्याही कोरानाने मानव जातीला हादरवले आहे. कोरोनामुळे हजारो लोक बेरोजगार होत आहेत, गरिबांना अन्नाची गरज भासत आहे आणि जगभरात करोडो लोक संकटाचा सामना करीत आहेत. जसे आपण जाणतो की मानवजाती ही प्रगतीची आणि सर्वोच्च सीमा आहे. कोणत्याही विषाणूचा किंवा रोगाचा आणि त्याग करणे किंवा बळी पडणे मानवजातीला मान्य नाही. म्हणूनच काहीही झाले तरी माणसाला पुढे जात राहायचे आहे आणि त्याचे आयुष्य पुन्हा एकदा योग्य दिशेने आणायचे आहे. पंतप्रधान नरेंद्र मोदी यांनी केवळ माणसाचे जीवन योग्य दिशेने आणण्यासाठी २० लाख कोटींचे पॅकेज देण्याची घोषणा केली आहे. अर्थव्यवस्थेला चालना देण्याचा प्रयत्न करणार असून यासोबतच त्यांनी देशातील सर्व नागरीक आणि तरूणांना स्वावलंबी होण्याचा संदेश दिला. आजच्या जगाच्या स्थितीतून आपण सर्वांनी एकच गोष्ट शिकली पाहिजे आणि ती म्हणजे भारताला आत्मनिर्भर बनवायचे आहे, असे त्यांनी सांगितले. योवळी, एक देश म्हणून आपण एका अत्यंत महत्त्वाच्या टप्प्यावर उभे आहोत. या नैसर्गीक आपत्तीने भारतासाठी मोठी संधी आणली आहे तसेच आपणा सर्वांना स्वावलंबी बनावे लागेल. २१ व्या शतकात आपल्या देशाने विकास करावा, पुढे जावे, ही आपल्या सर्वांची संयुक्त जबाबदारी आहे आणि ती आपणा सर्वांना एकत्रित पार पाडावी लागेल.

२० लाख कोटींच्या आर्थिक पॅकेजच्या घोषणेसोबतच त्यांनी लोकांना स्वावलंबनाचा मोठा धडा शिकवला. ते म्हणाले की, आपल्या देशात भारतीय संस्कृती, संस्कार आणि आपल्या पूर्वजांनी आपल्याला जे काही शिकविले आहे, त्याच्या मदतीने आपण स्वावलंबनाचे ज्ञान सहजपणे घेऊ शकतो. आपण सर्वांनी मूलभूत विचार करून देशाला स्वावलंबी बनविण्याचा प्रयत्न केला पाहिजे. वसुदेव कुटुंबकम या भारतीय संस्कृतीचे पालन करून एकमेकांना पूर्ण सहकार्य करावे लागेल. आपण सर्वांनी

आपली स्थानिक उत्पादने खरेदी केली पाहिजेत आणि त्यांचा प्रचारही केला पाहिजे, जेणेकरून देशाचा स्वावलंबन वाढू शकेल आणि अशा सूचना देत पंतप्रधानांनी देशाला स्वावलंबनाकडे वाटचाल करण्याचा संदेश दिला.

लाखो लाकांना कोरोनाची लागण झाली आणि लाखो लोकांना आपला जीव गमवावा लागला. एका अंदाजानुसार असे होऊ शकते की एकदा त्याचा संसर्ग सर्वांना होतो. अन्यथा जगभरातील कोट्यावधी लोकांना याचा फटका नक्की बसेल. जरी कोरोनामुळे खूप नुकसान झाले आहे, परंतु त्याने मानवांना हे देखील शिकविले आहे की आपल्यासाठी सर्वांत महत्त्वाची गोष्ट म्हणजे आपले आरोग्य आणि अन्न आहे. म्हणजेच आगामी काळात आपण आपले आरोग्य, आपली प्रतिकारशक्ती आणि आपल्या खाण्यापिण्याकडे जास्तीत जास्त लक्ष देणार आहोत हे निश्चित. यामुळे जगभरातील लोक भारताकेडे झुकत आहेत. कारण भारतीय संस्कृती निसर्गाची देवेतेप्रमाणे पूजा करते. भारतात अनेक शाकाहारी लोक आहेत. त्यामुहे भारतासारख्या देशात असे धोकादायक विषाणू निर्माण होत नाहीत. तसेच भारतात योग आणि आयुर्वेदाच्या मदतीने तुम्ही घरी राहूनही खूप निरोगी राहू शकता आणि धोकादायक असाध्य आजारापासून मुक्ती मिळवू शकता.

पंतप्रधान नरेंद्र मोदी यांनीही आपल्या भाषणात असेच म्हटले आहे. त्यांनी लोकांना आयुर्वेदाचा अवलंब करण्याचा आणि योगासने करण्याचा सल्ला दिला आहे, जेणेकरून शरीराची रोगप्रतिकारक शक्ती टिकून रहाता येईल आणि कोरोनासारख्या विषाणूच्या संसर्गाचा सामना करता येईल. योग आणि आयुर्वेद हे आपल्या सनातन व्यवस्थेत खूप महत्त्वाचे आहेत. त्याचे जतन करणे आणि आपल्या दैनंदिन जीवनात वापरणे आपल्यासाठी खूप महत्त्वाचे आहे. फक्त वाचवायचे नाही तर स्वतःलाही वाचवायचे. कोरोना विषाणूच्या साथीने आपल्याला निसर्गाची काळजी घेणे देखील शिकवले आहे. विकासाच्या आणि आधुनिकतेच्या अंधाधुंद शर्यतीत आपण थोडा वेळ आपल्या निसर्गाचा विचार करून विज्ञान आणि निसर्गाचा ताळमेळ राखून पुढे जावे लागेल. ही आपली भारतीय संस्कृती आहे, ज्याबद्दल पंतप्रधान नरेंद्र मोदी यांनी सर्वांना माहिती दिली आहे. आता आपल्या संयम, प्रामाणिकपणा, शिस्त आणि परिश्रमाची परीक्षा घेण्याची वेळ आली आहे. आणि आपल्याला माहीत आहे की नरेंद्र मोदींसारख्या नेतृत्त्वासोबत टप्प्याटप्प्याने काम करून, आपण सर्व १३५ कोटी देशवासी या परीक्षेत यशस्वी होऊ आणि जगामध्ये भारताचा गौरव करू.

***